தேனொடு மீன்

தேனொடு மீன்

இசை (பி. 1977)

இயற்பெயர் ஆ. சத்தியமூர்த்தி. பொது சுகாதாரத் துறையில் பணி. கோவை மாவட்டம் இருகூரில் வசித்துவருகிறார்.

‘காற்று கோதும் வண்ணத்துப்பூச்சி’ (2002), ‘உறுமீன்களற்ற நதி’ (2008), ‘சிவாஜி கணேசனின் முத்தங்கள்’ (2011), ‘அந்தக் காலம் மலையேறிப் போனது’ (2014), ‘ஆட்டுதி அமுதே!’ (2016), ‘வாழ்க்கைக்கு வெளியே பேசுதல்’ (2018), ‘நாயகன் வில்லன் மற்றும் குணச்சித்திரன்’(2019), ‘உடைந்து எழும் நறுமணம்’ (2021) ஆகிய கவிதைத் தொகுப்புகளும் ‘அதனினும் இனிது அறிவினர் சேர்தல்’ (2013), ‘லைட்டா பொறாமைப்படும் கலைஞன்’ (2015), ‘உய்யடா உய்யடா உய்!’ (2017), ‘பழைய யானைக் கடை’ (2017), ‘மாலை மலரும் நோய்’ (2021) ஆகிய கட்டுரைத் தொகுப்புகளும் வெளியாகியுள்ளன.

இது இவரது ஐந்தாவது கட்டுரை நூல்.

மின்னஞ்சல்: isaikarukkal@gmail.com

இசை

தேனொடு மீன்

காலச்சுவடு பதிப்பகம்

அன்பார்ந்த வாசகருக்கு,

வணக்கம்.

காலச்சுவடு நூலை வாங்கியமைக்கு நன்றி.

நூலின் உள்ளடக்கம், உருவாக்கம், அட்டைப்படம் இன்ன பிற அம்சங்கள் பற்றிய உங்கள் கருத்துகளையும் ஆலோசனைகளையும் காலச்சுவடு வரவேற்கிறது. தகவல், எழுத்து, வாக்கியப் பிழைகள் தென்பட்டால் கட்டாயம் தெரிவித்து உதவுங்கள். நூல் தயாரிப்பில் கடும் குறைபாடு இருப்பின் மாற்றுப் பிரதி உங்களுக்குக் கிடைக்கக் காலச்சுவடு ஏற்பாடு செய்யும்.

மின்னஞ்சல்: **publisher@kalachuvadu.com**

காலச்சுவடு நாகர்கோவில் தலைமையகத்துக்கும் கடிதம் அனுப்பலாம்.

தங்கள்
எஸ்.ஆர். சுந்தரம் (கண்ணன்)
பதிப்பாளர் — நிர்வாக இயக்குநர்

தேனொடு மீன் ✦ கட்டுரைகள் ✦ ஆசிரியர்: இசை ✦ © ஆ. சத்தியமூர்த்தி ✦ முதல் (குறும்) பதிப்பு: நவம்பர் 2020, நான்காம் (குறும்) பதிப்பு: ஆகஸ்ட் 2022 ✦ வெளியீடு: காலச்சுவடு பப்ளிகேஷன்ஸ் (பி) லிட்., 669, கே.பி. சாலை, நாகர்கோவில் 629001

teenoTu miin ✦ Essays ✦ Author: Isai ✦ © A. Sathyamurthy ✦ Language: Tamil ✦ First (Short) Edition: November 2020, Fourth (Short) Edition: August 2022 ✦ Size: Demy 1 x 8 ✦ Paper: 18.6 kg maplitho ✦ Pages: 104

Published by Kalachuvadu Publications Pvt. Ltd., 669 K.P. Road, Nagercoil 629001, India ✦ Phone: 91-4652-278525 ✦ e-mail:publications @kalachuvadu.com ✦ Printed at Adyar Students xerox Pvt. Ltd., No.9, Sunkuraman Street, Parrys, Chennai 600001

ISBN: 978-93-90224-89-0

08/2021/S.No. 977, kcp 3724, 18.6 (4) uss

மகாத்மா கேப்ரியல், ஏ.வி. மணிகண்டன்
இருவருக்கும்

நன்றி

காலச்சுவடு, உயிர்மை, இந்து தமிழ்திசை,
அந்திமழை, கூடு,
தமிழினி மின்னிதழ், *அரூ* மின்னிதழ்,
அண்ணா நூற்றாண்டு நூலகம்.

நாஞ்சில்நாடன், ஜெயமோகன், ஷங்கர் ராமசுப்பிரமணியன்,
சு. வெங்கடேசன், சாம்ராஜ், செந்தில்குமார் நடராஜன்,
சரவணன் விவேகானந்தன்.

பொருளடக்கம்

என்னுரை: பரவசக்கல்	11
நாசமாய்ப் போன மலர்	13
சேலம் மற்றுமொரு ஊரே	19
தெய்வாம்சம்	21
சொப்ன சஞ்சாரம்	24
நிலையாமையின் ஜொலிஜொலிப்பு	28
தேனொடு மீன்	39
அழும் அறைகளைச் சமைப்பவர்	52
பிரபல எழுத்தாளர் எனும் விசித்திர உயிரினம்	55
மிஷ்கின்: இடுப்பை ஒழித்தல்	59
நீ எனும் தற்சுட்டு	62
நீலம்பாரித்தல்	71
புத்தர் சிலையும் பெர்ஃப்யூம் புட்டியும்	74
அன்னை அளாவிய கூழ்	80
வேலை எனும் பூதம்	84
நேர்காணல்கள்	
நேர்காணல் – 1	91
நேர்காணல் – 2	96

என்னுரை

பரவசக்கல்

இது என் ஐந்தாவது கட்டுரைத் தொகுப்பு. உண்மையில் கவிதைகளைத் தவிர வேறெதையும் எழுதமாட்டேன் என்றே எண்ணியிருந்தேன். இவ்வளவு காலத்தில் உரைநடையோடு ஒரு ‘சிநேக பாவம்’ உருவாகியுள்ளது. இது அப்படி ஒன்றும் ஆபத்தான வஸ்து அல்ல என்பதுபோல. கவிதைதான் கூட இருந்தே குழிபறிக்கும் குறளி. ஆயினும் என் உரைநடை கவித்துவத்தை நம்பியே வாழ்கிறது.

கவிதையின் சிலவரிகளைத் தொட்டவுடன் சட்டென உள்ளத்துள் பொங்கும் அந்த மாய ஒளி உரைநடையின் சிலவரிகளிலும் நிகழவே செய்கிறது. ஆயினும் கவிதை வேறுதான். அதன் ஒளி எங்கெங்கு விழுகிறதென்று அதற்கே தெரிவதில்லை என்பதே அதன் மகிமை. வழக்கம் போல் இத்தொகுப்பிலும் அதிகமான கட்டுரைகள் கவிதைகள் குறித்ததே.

‘குகன் சரிதம்’ இத்தொகுப்பின் தனித்த அடையாளம் என்று கருதுகிறேன். அதிக உழைப்பைக் கோரிய கட்டுரை இது. பரவசத்தில் தலைக்கு மேல் தூக்கிவிடும் பாறாங்கல்லில் அதன் எடையை எதுவோ உறிஞ்சி எடுத்துவிடுகிறது.அது எதுவோ, அதற்கு என் வந்தனம். ‘நிலையாமையின் ஜொலிஜொலிப்பும்’ எனக்கு இன்னொரு பரவசக்கல்.

‘*96*’ படம் பற்றி எழுதிய சிறிய கட்டுரை என்னளவில் முக்கியமானது. கிழிந்து தொங்கிய ஒன்றை இக்கட்டுரை கொண்டுதான் சேர்த்துத் தைத்தேன். துன்னிருளுள் அமர்ந்தும் என்னால் பணி செய்ய முடியும் என்று காட்டித்தந்த அந்த வயலின் குச்சிக்கு வணக்கங்கள்.

பாபு வழிதவறி இத்தொகுப்பிற்குள் வந்துவிட்டவன். அவன் ஒரு தனி உயிரியல்ல. பாபு என்பது ஒரு மனநிலை. பாபு என்பது ஒரு வெளி. வாழ்வுக்குப் பயந்தவர்கள் ஓடிச்சென்று ஒளிந்துகொண்ட இடம் அவன். ஆயினும் அவனை அவனால் இரட்சித்துக்கொள்ள முடியவில்லை என்பதுதான் கொடுங்கசப்பு.

பின்னிணைப்பாக இடம்பெற்றுள்ள இரண்டு நேர்காணல்களும் அவை வெளியான தருணத்தில் உற்சாகம்கொள்ளத்தக்க எதிர்வினைகளைப் பரிசளித்தவை.

கேட்ட இரவே அட்டையை வடிவமைத்துத் தந்து, “தோழமை என்றவன் சொல்லிய சொல்லிற்காக” மிஷ்கினுக்கு என் முத்தம்.

நூல் வடிவமைப்பிற்காக கலாவுக்கு என் நன்றி.

நான் ஒன்றும் எழுத்துச் சூறாவளி அல்ல. வாழ்வு கிடக்கும் கோலத்திற்கு ஆறுமாதத்திற்கு ஒரு தொகுப்பு அவசியமில்லைதான். வாழ்வுகிடக்கும் கோலத்திற்கு ஆறு மாதத்திற்கு ஒரு தொகுப்பு அவசியம்தான்.

இருகூர் **இசை**
23.02.2020

நாசமாய்ப் போன மலர்

'காஹா சத்தசஈ' மகாராஷ்ட்ரி பிராகிருத மொழியில் எழுதப்பட்ட எழுநூறு காதல் பாடல்களைக் கொண்ட நூல். இது கி.பி. 200க்கும் 450க்கும் இடையில் ஆந்திரா–மகாராஷ்டிரப் பகுதியில் இருந்து தோன்றியிருக்கக்கூடும் என்று நம்பப்படுகிறது. இதை எழுதியது ஹால என்கிற ஆந்திர தேசத்து அரசனென்று ஒரு கருத்தும், இது ஒரு தொகை நூலே என்று இன்னொரு கருத்தும் நிலவுகிறது. இந்நூலுக்கு எழுதப்பட்டிருக்கிற பழைய சமஸ்கிருத உரைகளிலிருந்து இத் தொகைநூலில் இடம் பெற்றிருக்கும் கவிஞர்களில் அறுவர் அல்லது எழுவர் பெண்பாற் புலவர்கள் எனவும் அறிய முடிகிறது.

காஹா சத்தசஈ'யில் இருந்து 251 பாடல்களை ஆங்கிலம் வழி தமிழில் மொழி பெயர்த்திருக்கிறார்கள் சுந்தர்காளி, பரிமளம்சுந்தர் ஆகிய இருவரும். இதில் நமது சங்க அகப்பாடல்களின் எதிரொலிகளைக் காண முடிகிறது. மொழிபெயர்ப்பாளர் சில ஒப்புமைகளைக் குறிப்பிடுகிறார். அதுவன்றியும் நிறையவே தென்படுகின்றன. அவற்றைக் காண நேர்கையில் நமது பழந்தமிழ்க் கவிவளம் குறித்த மிதப்பு தோன்றுகிறது. பாட்டனார் புகழ் பாடுகையில் வாய் தானாகவே இனித்துவிடுகிறது. தவிரவும், திடீரென எதிர்ப்படும் பழைய சிநேகிதரொருவரை ஆரத்தழுவி இன்புறும் மகிழ்ச்சியும் தோன்றுகிறது.

குறுந்தொகை, கலித்தொகை, ஐந்திணை ஐம்பது போன்ற சங்கப்பாடல்களின் சாயல்கள் தென்படுவது

போன்றே, காலத்தால் பிந்தைய தமிழ்ப் பாடல்களின் சாயைகளும் இதில் தென்படுகின்றன.

அவளுடலில் முதலில் எந்தப் பாகத்தில் கண் பதிகிறதோ
அதைவிட்டு நகர்வதில்லை
அவள் முழுவுடலை எவரும் என்றும் கண்டதில்லை.

(பாடல்: 122)

என்கிறது ஒரு பாடல். இரண்டாம் நூற்றாண்டில் எழுதப்பட்டதாகச் சொல்லப்படும் இப்பாடலில் பன்னிரண்டாம் நூற்றாண்டு கம்பன் ஒளிந்துகொண்டு "தோள் கண்டார் தோளே கண்டார் ..." என்று சொல்லிச் சிரிக்கிறான்.

காமத்துப்பாலின் சாயைகளும் இதில் நிறையவே தென்படுகின்றன.

ஓஓ இனிதே எமக்கிந்நோய் செய்தகண்
தாஅம் இதற் பட்டது

என்கிறது ஒரு குறள்.

தலைவி எல்லாப் பழிகளையும் தன் கண்மேல் தூக்கிப் போட்டுவிடுகிறாள். 'நீதானே அன்று அவனை அவ்வளவு ஆசையோடு நோக்கிக் களித்தது. இன்று நீயே கிடந்து அழு' என்று சபிக்கிறாள். சத்தசஈயின் தலைவியோ தன் கண்ணைத் தழுவிக் கொண்டு நன்றி பாராட்டுகிறாள்.

ஓ என் இடக்கண்ணே!
நீ துடிப்பதால் அவன் திரும்பிவருவது உறுதியெனில்
உன்னால்தான் பார்ப்பேன் அவனை ஒரேயடியாக
வலக்கண்ணை மூடியபடி. (பா: 12)

என் இதயத்தில்
உன்னையும் உன் புதிய காதலியையும்
சேர்த்துத் தாங்க வேண்டியிருக்கிறது
நான் ஏன் ஓய்ந்துபோகிறேன் என்றா கேட்கிறாய் முட்டாளே?
மிதமிஞ்சிப் பாரமேற்றினால் காளைமாடும் கூடக்
களைத்துப்படுத்துவிடும் (பா: 154)

என்கிறது ஒரு பாடல். எனக்கு 'தனிப்பாடல் திரட்'டில் சொக்கநாதப்புலவரின் பாடலொன்று நினைவில் தோன்றி இனிக்கிறது.

நங்கை ஒருத்தியையும் நாமிருவர் மூவரையும்
பொங்கு அமளி பொறுக்குமோ
சங்கம் குலைய விரால் பாயும் குருநாடர் கோவே
பழையவரால் என்ன பயன்.

படுக்கையில் இருக்கும் தலைவனுக்குப் பரத்தையின் மேல் நினைப்பு போகிறது. இதை அறிந்துகொண்ட தலைவியின்

பாடல் இது. நான், நீ, அவள் என்று மூன்றுபேரின் கனத்தையும் இந்தக் கட்டில்கால்களால் தாங்க முடியுமா சாமி என்று குறும்பு பேசுகிறாள்.

கவிமனம் கால, இடங்களைத் தாண்டிப் பாய்வதுதானே?

'இந்த நள்ளிரவில் புலியும் யானையும் திரியும் காட்டு வழி கடந்து என்னைக் காண நீ என் வீட்டிற்கு வர வேண்டாம். அப்படி நீ வருவது என் மனத்தை மிகவும் நடுக்கி வருத்துகிறது' என்று சொல்லும் தலைவியை நாம் சங்க மரபில் பார்க்கிறோம். இதிலோ பெண் நள்ளிரவில் நடுக்காட்டில் காதல் செய்கிறாள்

இன்றிரவு
காரிருட்டில் சென்று கலக்க வேண்டும் அவனை என்கிறாள்
விழிகளை இறுகமூடியபடி
வீட்டை வலம்வந்து ஒத்திகை பார்க்கிறாள் (பா: 47)

தொட்டுக்கொள்வதைக் காட்டிலும் தொட்டுக் கொள்வதற்கான நாடகங்கள் சுவாரசியமானவை; கிறங்கடிப்பவை; நெஞ்சழிப்பவை. இவன் வேண்டுமென்றே தண்ணீரைக் கீழே வழிய விடுகிறான். அவள் வேண்டுமென்றே ஊற்றும் நீரின் அளவைக் குறைக்கிறாள். இப்போது இருவரும் காமத்தின் சுவைமிகு பாத்திரங்கள். நடப்பது அதிரசக் காட்சி.

தண்ணீர்ப் பந்தலில் நீரூற்றும் அவளையே
கண்களை உயர்த்தி நோக்கியபடி
விரல்வழியே நீரை வழியவிட்டுக்
காலங்கடத்துகிறான் பயணி.
அவளோவெனில்,
ஏற்கெனவே கொஞ்சமாய் வடியும் நீரை
இன்னும் குறைக்கிறாள். (பா: 9)

ஒரு சுவாரசியமான காட்சியைக் காட்டுவதுடன் நிறுத்திக் கொள்கிறது ஒரு கவிதை. ஆனால் அதை அகப்பொருள் சார்ந்து சிந்திக்கையில் நுட்பமான இடங்கள் திறக்கின்றன.

மாமி,
ஒரு தாமரைக்கும் சேதமில்லை
ஒரு வாத்தும் அஞ்சிப் பறக்கவில்லை
ஆனால்
யாரோ ஒரு மேகத்தைப் பின்னாலிருந்து தள்ளியிருக்கிறார்கள்
ஊர்க்குளத்தினுள் (பா: 139)

தடயங்கள் ஏதுமின்றி அவ்வளவு ரகசியமாக யார் அவள் நெஞ்சத்துள் காதலைத் தள்ளி விட்டது. குளம் எவ்வளவு முரண்டு பிடித்தாலும் மேகம் விலகிவிடாதல்லவா?

தமிழ் மரபு, தலைவனுக்கும் தலைவிக்கும் கறாரான இலக்கணங்களைச் சொல்கிறது. "ஒத்த கிழவனும் கிழத்தியும்

காண்ப . . ." என்கிறது தொல்காப்பியம். "செல்வத்தானும் குலத்தானும், ஒழுக்கத்தானும், அன்பினானும் ஒத்தார் . . ." என்று இதற்கு உரை சொல்கிறார் இளம்பூரணர். சத்தசஈயில் இப்படியான இலக்கணங்கள் ஏதுமில்லை . . .

பிச்சையேற்கும் துறவி அவள் உந்திச்சுழியையே
உற்றுப்பார்கிறான்
அவளோ அவன் பிரகாசமான முகத்தைப் பதிலுக்கு
நோக்குகிறாள்
அவள் கை உணவும் அவன் கை உணவும்
காக்கைகளுக்கு இரையாகின்றன. (பா: 10)

சத்தசஈ கவனத்துக்குள்ளாவது அதன் 'பெருந்திணை' இயல்பால்தான். தமிழ்மரபில் கற்பு பெண்ணின் அத்யாவசிய அணிகலன். சத்தசஈயிலோ 'சோரம் போகிற பெண்' முக்கியப் பாத்திரமாக இடம்பெறுகிறாள். தமிழ்மரபில் இல்லாத 'பயணி' என்கிற பாத்திரம் ஒன்று இதில் இடம்பெறுகிறது. பொல்லாத பயணி இவன். நைஸாகத் தலைவனாகி விடுவதில் வல்லவன்.

சங்கப்பாடல்களை ஊன்றி வாசித்த ஒருவனுக்கு இதன் காதல் சித்திரங்கள் பெரிதாக உவகையூட்டா. ஏனெனில் அவற்றை அவன் ஏற்கெனவே வாசித்துவிட்டான். ஆனால் கலவியின் காட்சிகள் அவன் காணாதவை. ஒருவகையில் காண விரும்பாதது. எனவே கொஞ்சம் திகிலூட்டத்தான் செய்யும்.

சோரம்போகிற மனைவி
பருத்திக் காட்டை உழும் முதல்நாளில்
கலப்பைக்குத் திலகமிடுகையில்
நடுங்குகிறது அவள் கை
வேட்கை மீதூர. (பா: 230)

அதாவது உழுது பயிரிட்டுச் செழித்து வளர்ந்து நிற்கும் செடி மறைப்பில் சோரம்போகிற வேட்கையைப் பேசுகிறது பாடல். கற்பையும் உழவையும் உச்சத்தில்வைத்துப் போற்றும் தமிழ் மனம் கொஞ்சம் நடுங்கித்தான் போகும். என்ன செய்ய? உலகில் பிற மனங்களும் இருக்கத்தான் செய்கின்றன; அவை கவிதை செய்யவும் செய்கின்றன.

"எதுவுமே நம்ம கையில் இல்ல சார் . . ." என்பது லௌகீக வாழ்வின் நல்லதொரு ஆறுதல்மொழி. ஆம் . . . சமயங்களில் எல்லாமே காமத்தின் கைகளில்தான் இருக்கிறது.

இவள்தான் அரைமனசோடு அந்தப் பயணிக்குப்
படுக்கக் கொஞ்சம் வைக்கோல் கொடுத்தாள்
மறுநாள் காலை
அதே வைக்கோலைக் கூட்டிப் பெருக்குகிறாள்
கண்ணீர் சிந்தியபடி. (பா: 220)

தொல்காப்பியம் பெருந்திணையை "தேறுதல் ஒழிந்த காமத்து மிகுதிறம்" என்கிறது. அதாவது தேற்றியும் ஆற்றியும் அடங்கச் செய்ய இயலாத காமம்.

இந்தப் பெருந்திணைக் கவிதைகளை வாசிக்கையில் பெருந்தேவியின் கவிதைகள் சில நினைவில் வந்தன. ஆனால் இருபத்தொன்றாம் நூற்றாண்டில் எழுதப்பட்டிருக்கிற இந்தக் கவிதைகளுக்கும் அவன், அவள், கந்தசாமி, லதா போன்ற படர்க்கைப் பதங்கள் தேவைப்பட்டிருக்கின்றன. நானும் என்னுடைய சிலகவிதைகளைப் பாதுகாப்பு கருதி, தன்மையிலிருந்து படர்க்கைக்கு மாற்றியிருக்கிறேன். ஆனால் 'சத்தசஈ'யின் பல கவிதைகள் தன்மையில் பேசுகின்றன. இது ஆச்சரியமூட்டும் அம்சம்தான்.

விசுவாசமான மனைவிமார்
என்ன வேண்டுமென்றாலும் பேசட்டும்
நான் அவருடன் படுப்பதில்லை
அவருடன் படுக்கும்போதுகூட. (பா: 68)

இந்தச் சிக்கலை நவீன காலத்துத் தலைவன் எப்படியோ தெரிந்துகொண்டான். எனவே புணர்ச்சியின்போது தன் பெயரை உச்சரிக்கச் சொல்லித் துன்புறுத்தத் தொடங்கியிருக்கிறான். வாயில் உன் பெயரை உளறியபடியே, நெஞ்சத்துள் அவன் நாமத்தை முத்தி எடுக்க முடியாதவளா அவள்? சிந்தையை வன்புணர்வு செய்ய முடியாத தம்பி.

மல்லிகை இதில் 'நாசமாய்ப்போன மலர்' என்று ஏசப்படு கிறது. நான் மல்லிகையை ஏதோ நவீன காலத்துத் தொந்தரவுகளில் ஒன்று என எண்ணிக்கொண்டிருந்தேன். ஆனால் அது பிறப்பிலிருந்தே கொடுமதிகொண்டதுதான் போலும். இத்தனைக்கும் 'மாறனின் மலரம்புகள் ஐந்தில்' இந்தச் சனியன் கிடையவே கிடையாது. இது எப்படியோ குறுக்குவழியில் அரியணையேறிவிட்டது. மல்லிகையில் கால்தடுக்க, தவறினால் அதலபாதாளம் காத்திருக்கிறது.

காமத்தின் கொள்ளிவாயில் எரிந்தடங்க விரும்பாது அதை எதிர்த்து நிற்கும் முயற்சியையும் அதனூடான ஊசலாட்டங்களையும் அரிதாக ஒன்றிரண்டு பாடல்களில் காண முடிகிறது.

வயலுக்குப் போகமாட்டேன்
கிளிகள் நெற்கதிர்களையெல்லாம் கவர்ந்துபோனாலும் போகட்டும்
அங்கே போனால்
நன்கு தெரிந்த ஊருக்கு
நன்கு தெரிந்த பாதையை
விசாரிக்கிறார்கள் பயணிகள் (பா: 218)

ஊர் முழுதும் இளம்பையன்கள்
வசந்தம்
இளமை
வயதான கணவன்
கடுங்கள்
இன்னது செய்யென்று சொல்ல யாருமில்லை.
வழிதவறாதிருக்க ஒரேவழி
சாவதுதான் (பா: 197)

பழந்தமிழ் சொற்களைப் பெய்து, அதே சமயம் சத்தசஈயின் நாட்டுப்புறத்தன்மையையும் கைவிட்டுவிடாது செய்யப் பட்டிருக்கிற நல்ல பெயர்ப்பு என்றே இதைச் சொல்ல வேண்டும். முந்தைய மொழிபெயர்ப்பில் சிலகவிதைகளை வாசித்துப்பார்த்த வகையில் எனக்கு இந்தப் பெயர்ப்பே மனத்துக்கு நெருக்கமாக இருக்கிறது. ஆனால் 'தூரதேசம்', 'எழுதுகோல்' என்கிற சொற்களில் இருக்கும் பழைய வாசனை 'வெளிநாடு', 'பேனா' என்கிற பெயர்ப்புகளில் தவறிவிடுகிறது.

ஓ, காலம் கடந்துவிட்டது
அந்த இளைஞன்
உணர்ச்சி கொப்பளிக்கும் கவிதைகளில் களைப்புற்று
இப்போது சட்டம் படிக்கிறான்.
நாங்களோவேனில்
எங்கள் கணவன்மாருக்கு விசுவாசமாய் இருக்கிறோம்.
(பா: 248)

கவிதைக்குள் ஒழுங்காக அமர்த்தப்படும் அநீதி, நீதிபோன்றே ஒலிப்பதின் மர்மம்தான் என்ன?

'காஹா சத்தசாஈ' (அன்னம், 2018) நூலுக்கு
எழுதிய மதிப்புரை

•

சேலம் மற்றுமொரு ஊரே

நண்பனும் கவிஞனுமான வே. பாபு 11/11/2018 அன்று மாலை சுமார் ஆறுமணியளவில் உடல்நிலை கோளாறு காரணமாகக் காலமானான். 1974இல் பிறந்த பாபு தொண்ணூறுகளின் பிற்பகுதியிலிருந்து கவிதைகள் எழுதிவந்தவன். எனினும் நூற்றுக்கும் குறைவான கவிதைகளையே எழுதியுள்ளான். தக்கை என்கிற சிற்றிதழின் ஆசிரியர்களுள் ஒருவன்.

பாபுவின் கவிதைகள் எளியவை; சமத்காரங்கள் அற்றவை; உணர்ச்சிகரம் என்கிற ஒன்றைத் தவிர அதனிடம் வேறு ஆபரணங்கள் ஏதுமில்லை. இந்த நோக்கில் அந்தக் கவிதைகளைப் பலவீனமானவை என்று சொல்லிவிடலாம். ஆனால் எல்லாத் தருணங்களிலும் பலத்தால் மட்டுமே பிரகாசித்து விட முடியாது. பலவீனம் பளீரிடும் தருணங்களும் உண்டு. அங்கு துலங்குபவை அவன் சொற்கள். அவை தன் எளிய உடலால் வலிய மனங்களையும் அசைத்துப் பார்த்தன.

தாமிரபரணி படுகொலை, ஈழப்பிரச்சினை, வர்க்க முரண்கள் என்று சில கவிதைகள் எழுதியபோதும் பாபு எளிய லௌகீகக் கவிதான். லௌகீகம் அவ்வளவு எளிதில்லையென்பது கூடவே சொல்லியாக வேண்டிய ஒன்று. அவனுடைய நிறையக் கவிதைகளில் ஒரு முன்னறிவிப்புபோல மரணம் தொடர்ந்து பேசப்பட்டு வந்திருக்கிறது. கூடவே ஒரு சிறுமியும் வருகிறாள். இனி அந்தச் சிறுமியின் மடிதனில் அவன் இளைப்பாறட்டும்.

தக்கை அமைப்பு சார்பாக பாபு ஒருங்கிணைத்த இலக்கிய கூட்டங்களுக்குத் தனிச் சிறப்புகள் உள்ளன.

வேறுவேறு நிலைப்பாடுகள் உடைய எழுத்தாளர்களையும் அவனால் எளிதாக ஒன்றிணைக்க முடிந்தது. அக்கூட்டங்கள் சுதந்திரமானவை. சுதந்திரத்திற்கே உரிய மகிழ்ச்சிகளையும் சிக்கல்களையும் கொண்டவை. அநேகக் கூட்டங்களில் நான் கலந்துகொண்டிருக்கிறேன். என்னளவில் கவிதை குறித்து இரண்டு நாள்களுக்கு நடந்த ஓர் அமர்வு மிக முக்கியமானது.

இந்தக் கூட்டங்கள் சேலம் சிவா லாட்ஜில் நடக்கும்; அல்லது அதை மையப்படுத்தி அருகில் எங்காவது நடைபெறும். அந்த விடுதியின் வராந்தாவிலும் மொட்டைமாடியிலும் மலைகளைப் பார்த்தபடி அமர்ந்து, விடிய விடிய பேசிக் களித்த பொழுதுகளை மறப்பது கடினம். அங்கு புதிதாக வந்துசெல்லும் இளம்எழுத்தாளன்கூட அடுத்த சிலநாட்களில் அன்றாட வாழ்க்கையில் ஒன்ற முடியாது வினோததுயரங்களுக்கு ஆளாவதை நான் கண்டிருக்கிறேன். அப்படி அந்த விடுதி முழுக்க மகிழ்ச்சி வியாபித்திருக்கும். "நீ ஓர் எழுத்தாளன்; எழுத்தாளன் தவிர வேறு ஒன்றுமில்லை . . ." என்று அது உறுதிபடச்சொல்லிவிடும்.

நினைவேந்தல் உரையில் செல்மா ப்ரியதர்சன் சொன்னது போல 'செயல்முனைப்பும் தன்முனைப்பும் அவ்வளவு எளிதாகப் பிரிக்க முடியாதவை'. ஆனால் பாபுவால் இயல்பாகவே தன்முனைப்பில் இருந்து விலகி நிற்க முடிந்திருக்கிறது. அவன் அரும்பாடுபட்டு ஒருங்கிணைக்கும் கூட்டங்களில் 'ஒருங்கிணைப்பு' என்று வேறு யாராவது ஒருவரின் பெயரே இருப்பது வழக்கம். மேடையும் அவர் வசமே இருக்கும். பாபு கடைசிவரிசையிலோ அல்லது மதிய உணவிற்கான ஏற்பாடுகளிலோ இருப்பான்.

சம்பந்தமற்ற யாரோ ஒரு மனிதரின் வாயிலிருந்தும் 'சேலம்' என்கிற சொல்லைக் கேட்கையில் மனத்துள் துள்ளிவிழுமே ஒரு மீன், அந்த மீன் இப்போது சடலமாக மிதக்கிறது. இனி சேலம் மற்றுமோர் ஊரே. திருச்சி, புதுக்கோட்டை, அறந்தாங்கி என்பது போல அதுவும் வெறுமனே ஓர் ஊர்ப் பெயராகிவிட்டது.

வாதைகள் பாபுவை நொறுக்கிக்கொண்டிருக்கும்போதும், "நான் உன்னோடே இருப்பேன்; வாதை உன் கூடாரத்தை அணுகாது" என்று மனிதர்களைத் தேற்றி மீட்க அவனால் முடிந்திருக்கிறது. வீடு சவுக்கால் விளாசத் தொடங்கும்போதெல்லாம் நினைவில் வரும் முதல்முகம் அவன் முகமே. வீட்டில் இல்லாத ஏதோ ஒன்று அவனிடம் நிறைய இருந்திருக்கிறது. "சேலம் போயிட்டு வந்தா எல்லாம் சரியாகிடும் . . ." என்று உறுதியாக நம்பும் நண்பர்கள் சிலர் உண்டு . . .

"இனி நமக்கு நாம்தான் நண்பர்களே."

•

தெய்வாம்சம்

தெய்வம் இருக்கிறதோ இல்லையோ தெய்வாம்சம் என்கிற ஒன்று நிச்சயம் உண்டு. அந்தத் தெய்வாம்சம் கூடிவரப்பெற்ற கலைப் படைப்பென்று '96' திரைப்படத்தைச் சொல்லலாம்; இல்லையெனில் வள்ளலார் தனது 'தனிப்பெருங்கருணை' என்கிற மகத்தான சொற்றொடரை ஏன் கார்த்திக்நேத்தாவின் சிந்தைக்கு அருள வேண்டும்? 'தனிப்–பெருந்–துணை' என்கிற சொல்லாக்கம் கதையின் மையத்தைத் துல்லியமாகத் தொட்டுவிடுகிறது. தவிர அந்தப்பாடல் முழுக்கவே காதலின் 'அருட்பிரகாசம்' இறங்கியிருக்கிறது. நம்மில் பாதி அன்றாடத்தின் முடை நாற்றத்துள் கிடக்கிறது. மறுபாதியோ அதிலிருந்து தப்பியோட தருணம் பார்த்துக் காத்துக்கிடக்கிறது. அந்த வயலின் குச்சி நம்மை அழுக்குகளிலிருந்து தூக்கிக்கொண்டு வேறெங்கோ பறக்கிறது.

வாதைகளை ஏவிவிடுவதில் வல்லவரான இளையராஜாவின் பாடல்கள் படத்தில் முக்கியமான ஒரு பாத்திரமாக மாறியிருக்கிறது. வாத்தியங்களோடு இசைக்கப்படும் பாடல்களில் ஒருவிதத் திருவிழாத் தன்மையும் கலந்துவிடுகிறது. அங்கு நாம் தொலைந்து போகிறோம். தனித்த மனிதக்குரலில் இருப்பதோ தன்னந்தனிமை. தனிமையிலேயே நம்மை நாம் அதிகம் உணர்கிறோம். படத்தில் வாத்தியக் கலப்பற்று ஒலிக்கவிடப்பட்டிருக்கும் ராஜாவின் பாடல்கள் நம்மை நம்முள் இழுத்துச்செல்கின்றன.

கதை பெரும்பாலும் ஓரிரவில் நிகழ்கிறது. காதல் என்கிற தீரவே தீராத ஆதார உணர்வின் மேல் நகர்கிறது. நாம் எவ்வளவு சொன்னாலும் காதலில் விடுபட்ட ஒரு பகுதி இருந்துகொண்டே இருக்கிறது. கலை அந்த விடுபடல்களைத் தொடர்ந்து நிரப்ப முயல்கிறது. பெரிய சிடுக்குகளோ திடீர்த் திருப்பங்களோ இல்லாத எளிய கதை. எளியதும் சிறியதுமான ஒன்று தன் நுண்ணிய மடிப்புகளாலேயே சுடர்விட முடியும். இப்படைப்பின் ஒளியும் அதுவே. நாயகியின் கணவன் சிகரெட்டால் தொடையில் சூடு வைப்பவனல்ல என்கிற அதிர்ச்சித் தகவலால் நமது மரபார்ந்த சினிமா ரசனை சப்பென்று ஆகிவிடுகிறது. எனவே உப்புச் சப்பற்ற கதைதான். ஆயினும் ஒரு ரசிகன் தன் கண்ணீரால் அவனுக்குத் தேவையான அளவு உப்பிட்டுக்கொள்ளும்படிச் செய்திருக்கிறார் இயக்குநர். கதையைச் சொல்லி முடித்ததும் "அப்புறம்" என்று சிலர் கேட்கக்கூடும். அப்புறமெல்லாம் ஒன்றுமில்லை... அவ்வளவுதான். இந்த வாழ்வு அவ்வளவுதான் அனுமதிக்கிறது; எனவே அவ்வளவுதான்.

ஜானு, தன் வாழ்வில் என்ன நிகழ்ந்திருக்க வேண்டுமென்று ஆசைப்படுகிறாளோ அதைக் கற்பனையில் ஓட்டிப் பார்க்கிறாள் ஒரு காட்சியில். "இப்படித்தான் ஜானு நாம் என்னவெல்லாமோ நடக்க வேண்டும் என்று விரும்புகிறோம். ஆனால் என்ன நடக்க வேண்டுமோ அதுவே நடக்கிறது."

சில திரைப்படங்களில் நாயகனும் நாயகியும் ஒருவருள் ஒருவர் புகுந்து வெளியேறும் காட்சியில்கூட ரசிகர்கள் தேமேவென்று அமர்ந்திருப்பார்கள். ஜானுவும் ராமும் லேசாகக் கட்டிக்கொள்ளும் காட்சிக்கோ அரங்கு அதிர்கிறது.

சில விஷயங்களை உடைத்துப் பார்க்கக் கூடாது. அப்படி உடைத்துப் பார்ப்பதின் வழியே சில உண்மைகள் உங்களுக்குச் சிக்கிவிடக்கூடும். ஆனால் அந்த உண்மை கொடுங்கசப்பாக இருக்கும். ஏற்கெனவே போதுமான அளவு நெஞ்சுக்குள் கிடக்கிறது. மேலும் கொஞ்சம் கசப்பு எதற்கு? எனவே நான் ராமச்சந்திரனை உடைத்துப்பார்க்க விரும்பவில்லை. அவனை முற்றாக, முழுமுற்றாக நம்பவே விரும்புகிறேன். இடுப்புப் பகுதி சக்தி வாய்ந்ததென்பதில் எனக்குச் சந்தேகமில்லை. ஆனால் அதன் சூறாவளியிலிருந்து ஒருவன் தப்பிப்பிழைத்துவிட்டான் என்று நம்புவதிலும் எனக்குச் சிக்கலில்லை.

படத்தில் இராமாயணக் காவியத்தின் குறியீடுகள் சில பயன்படுத்தப்பட்டுள்ளன. நாயகன் ராமன். நாயகி ஜானகி. எனில், ராமனின் முதல் எழுத்து 'D' அல்லவா? ஆனால் இதில்

'K. ராமச்சந்திரன்' என்று குறிப்பிடப்படுகிறது. இவன் தசரத ராமனல்ல . . . கோசலை மைந்தன் . . . 'வசை இல் அய்யன் . . .'

தமிழர்கள் இப்படி கும்பலாகக் குமுறிக் காலங்கள் ஆகின்றன. எவ்வளவு கலப்படம் மிக்கதாயினும் அழுகை நன்றே. விரைவில் வர இருக்கிற 'சர்க்கார்' எல்லா அழுகைகளிலிருந்தும் நம்மை விடுவித்தருள்வார்.

தெய்வங்களை விரட்டியடிப்பதில் கை தேர்ந்தவர்கள் நாம். இதோ... அந்த மஞ்சள்நிற சுடிதார் சந்தைக்கு வந்துவிட்டது.

●

சொப்ன சஞ்சாரம்

இணையம் கணினிக்குள் புகுந்து உலகைக் கோலோச்சியதற்கு முந்தைய பருவம் . . . அவன் இளமை டும் என்ற சத்தத்துடன் வெடித்துத் திறந்து சிலவருடங்கள் ஆகியிருந்தன. காமத்தின் கடுவளிக்கு எதிர்நிற்க மாட்டாது தள்ளாடிக்கொண்டிருந்தான். அவன் தினவிற்குக் கையளவிலல்ல, கவளங்களில் வேண்டியிருந்தது. ஆனாலும் அவன் பட்டினியால் வாடிக்கொண்டிருந்தான். அவனுக்குச் சொந்த வீடில்லை; நிரந்தர வேலையில்லை; எந்த வங்கியிலும் கணக்கில்லை; ஆனால் அவன் உடல் இதை எதையும் பொருட்படுத்தவில்லை.

எதிர்காலம் குறித்த பயங்கரமான கற்பனைகளி லிருந்து அவனைத் தடுத்தாட் கொண்டனர் சிலர். அவர்கள் முந்தானையைச் சரியவிடும் வேளையில் அவனுக்குக் கவலைகள் என்று இந்த உலகத்தில் ஒன்றுமே இருக்கவில்லை.ஏனெனில் இப்படி ஒரு உலகமே அக்கணங்களில் இருக்கவில்லை. பரவசத்தின் புதிர்நிரம்பிய பழங்காலக் கோட்டைக்குள் நுழைவதைப் போலே, அவன் அந்தப் போஸ்டர்களுக்குள் நுழைந்து பார்த்தான். அதன் ஒரு மூலையில் *A* என்கிற எழுத்து வட்டமிட்டுக் காட்டப்பட்டிருந்தது. கறுப்புநிறத்தால் ஜொலிக்க முடியும் என்பதையே அப்போதுதான் அவன் முதன்முதலாக உணர்ந்தான்.

ஏனோ அவன் முழுநிர்வாணத்தால் ஈர்க்கப் படவில்லை. அவன் இன்பப் புஸ்தகத்தின் முதல் சுவிசேஷ வசனம் "காமத்தின் அருருசி

வெளிக்காட்டுவதிலில்லை; ஒளித்துக்கொள்வதிலேயே உள்ளதென்று மெய்யாகவே உங்களுக்குச் சொல்லுகிறேன்" என்பதாக இருந்தது. எனவே ஆங்கிலப் படங்களால் அவனை அசைக்க இயலவில்லை. மாறாக ஒளித்துக்கொள்வதின் வழியே காமத்தின் தேனைத் ததும்பச் செய்யும் மலையாளப் படங்கள் அவன் தேர்வாக இருந்தன.

அந்தத் தியேட்டர் முகமறியாத ஊரில்தான் இருந்தது. என்றாலும் அவமானமும் திகிலும் அவனை விட்டுவிடவில்லை. காட்சி துவங்கும் நேரத்தையொட்டி அந்தப் பகுதியே மர்மப் பிரதேசம் போல் மாறிவிடும். தியேட்டரை ஒட்டியிருக்கும் பேக்கரியில் திடீரெனப் பெருந்திரள் கூடிவிடும். எதிரில் இருக்கும் பெட்டிக்கடையில், நாட்டிற்கு என்னானதோ, ஏதானதோ என்கிற பதைபதைப்போடு தினசரிகளைப் புரட்டிக் கொண்டிருந்தவர்கள் திடீரென நாட்டிலிருந்து மாயமாகி விடுவார்கள். அவன் முதலில் தியேட்டரை ஒட்டியிருக்கும் பேக்கரிக்குச் செல்வான். அங்கு கொஞ்ச நேரம் சமோசாவிற்குள் பதுங்கி இருந்துவிட்டு, டிக்கெட் கொடுக்கத் தொடங்கியவுடன் குனிந்தபடியே வேகமாக நடந்து இருளுக்குள் கரைந்துவிடுவான். தன் வம்சத்திலேயே யாருமே செய்திராத அருவருக்கத்தக்க காரியமல்லவா இது என்று ஆரம்பத்தில் வெதும்பி வந்தான். பிறகு இவ்வாறான காட்சிகளின் வழியேதான் தன் வம்சமே தழைத்து வளர்ந்திருக்கிறது என்கிற சிந்தனை அவன் அச்சத்தைப் போக்கித் தெம்பூட்டியது. எனினும் நீதியுணர்ச்சி அவனைத் தொடர்ந்து வதைக்கவே செய்தது. பாலியல் பலாத்காரக் காட்சிகளின் போது அதைத் தடுக்க ஓடிவரும் நாயகனை எல்லா ரசிகர்களும் திட்டித் தீர்த்தார்கள். முன் பெஞ்சிலிருந்து சத்தமாகவே கெட்ட வார்த்தைகளில் வசவு எழும். அப்போதெல்லாம் அதற்கும் தனக்கும் சம்பந்தமில்லாதது போல தன் சேருக்குள் பதுங்கிக்கொள்வான். மனமுவந்து அருளி மனமுவந்து ஏற்கும் காமத்திலேயே அவனால் திளைத்திருக்க முடிந்தது. ஒருமுறை பாலில் தூக்க மாத்திரைகளைக் கலந்து கொடுத்து ஒருவன் ஒருத்தியைச் சாமர்த்தியமாகக் கட்டிலில் வீழ்த்தியபோது, அவனுக்குப் பதற்றம் கூடிவிட்டது. அரங்கே பரவசத்தின் விளிம்பில் இருக்க, அவன் எழுந்து கழிப்பறைக்கு ஓடிவிட்டான். ஓடியவன் அடுத்த விநாடியே அரங்கிற்குத் திரும்பி வந்தான். "எல்லாமே சினிமாதான்... எல்லாமே செட்டப்தான்..." என்று தன் நெஞ்சை ஆற்றுவித்து அமைதியாக்கினான். பிறகும் அவன் பலாத்காரங்களிலிருந்து பெண்கள் தப்பித்துவிட வேண்டுமென்றே மனதார விரும்பினான். ஆயினும் தூக்கமாத்திரைகளால் பிழையொன்றுமில்லை என்கிற தெளிவிற்கு வந்துவிட்டான்.

அப்படங்களில் ஆண்களும் பெண்களும் அவ்வளவு இணக்கமாக இருந்தனர். பெண்கள் தாலியைக் கண்டு அஞ்சவோ செருப்பைக் காட்டி அச்சுறுத்தவோ இல்லை. வேலைக்காரப் பெண்ணொருத்தி நள்ளிரவில் எழுந்து, பூனைபோல நடந்து வந்து, சின்ன முதலாளியின் அறைக்குள் நுழைந்து, மஞ்சத்தில் ஏறி, அவர் மார்பின் மேல் சரிந்ததைக் கண்ட இராத்திரியில், அவன் சும்மானாச்சிக்கு அறைக்கதவைச் சாத்திவிட்டுத் தாழ்ப்பாள்களைப் பூட்டாமல் விட்டுவைத்தான். ஆனால் அவன் வீட்டில் மாத்திரமல்ல, அவன் வீதியிலேயே வேலைக்காரப் பெண் என்று யாருமில்லை. 'துணிந்தவனுக்குத் துக்கமில்லை' என்றே அப்படங்கள் அவனுக்குத் தொடர்ந்து போதித்து வந்தன. ஆனாலும் அவனால் ஏனோ துணியவே முடியவில்லை. அச்சமும் கண்ணியமும் ஆளுக்கொரு காலைப் பற்றி அவனை நன்னெறியில் நடைபயிலச் செய்தன. எனவே அவன் பொம்மைகளின் உலகத்தில் வாழத் தொடங்கினான். அது அவனது அத்தியாவசியங்களின் பட்டியலில் சேர்ந்துகொண்டது. உண்டு களிக்க ப்ராப்தமில்லை என்று உறுதியானபின், கண்டுகளிப்பதைத் தவிர வேறு வழி இருக்கவில்லை அவனுக்கு. மண்டைக்குள் என்ன இருக்கிறதென்று யாரும் எட்டிப் பார்க்கப் போவதில்லை; அப்படியே பார்த்தாலும் எதுவும் தெரியப் போவதில்லை.

வீடு அவனிடம் சில கேள்விகளை முன்வைத்தது. அச்சமூட்டும் குழப்பமான கேள்விகள் அவை. அவனிடம் ஒரு பதிலும் இல்லை. அவை எப்போதாவதுதான் கேட்கப்பட்டன. ஆனால் அவன் எப்போதும் அதையே எதிர்பார்த்தபடி இருந்ததால், திகிலூட்டும் ஒன்றாக மாறிப்போனது வீடு. எனவே தியேட்டர் சொர்க்கபுரி ஆகிவிட்டது. இரண்டு உடல்கள் தொட்டுத் தொடங்கும் புள்ளி ஏற்கெனவே தெரிந்துவிடுவதில் கிளுகிளுப்பு பன்மடங்கு குறைவுதானென்றாலும், வீடடையும் நேரத்தை நீட்டிக்க வேண்டி ஒரே படத்தையே கூட அடுத்தடுத்த நாட்களில் கண்டுவந்தான்.

சமயங்களில் அடுத்தடுத்து அதிரடி ஆக்ஷன் படங்களாகத் திரையிடுவார்கள். தியேட்டர் ஓனர் திடீரென உள்ளம் திருந்திவிட்டாரோ என்கிற பயம் அவனைப் பீடித்துக் கொள்ளும். வாழ்வே மங்கலடித்துவிடும். பால் கசந்து, படுக்கை நொந்து, நாலு வைத்தியனும் இனி நம்புவதற்கில்லையென்று கைவிட்ட பின், ஒரு வெள்ளிக்கிழமை வரும் . . . அவ்வளவு நம்பிக்கையோடு, பேருந்து ஜன்னலின் வழியே பாதி உடலை வெளியே விட்டு வழக்கமாக சுவரொட்டி மாற்றும் அரசு மருத்துவமனையின் காம்பவுண்டு சுவரைப் பார்ப்பான். அவனது அபிமான நாயகி ரேஷ்மா டைட்டான டீ-சர்ட்டில் காமத்தின் காளியென சிரித்துக்கொண்டிருப்பாள். அந்த நொடியே அவன் புத்தம்

புதிதாகிவிடுவான். திடீரெனக் கோவில் கோபுரத்தைக் காண நேர்ந்துவிட்ட பக்தன் அனிச்சையாகக் கன்னத்தில் போட்டுக் கொள்ளும் பரவசத்தால் ஆட்கொள்ளப்படுவான். “இனி எல்லாம் சுகமே” என்று தன் நெஞ்சிற்குச் சொல்லிக்கொள்வான்.

இன்று காமம் கைக்குள் வந்துவிட்டது. கைக்குள் வந்துவிட்டதாலேயே அது தன் எல்லா மதுரங்களையும் இழந்து சப்பென்றாகிவிட்டது. ஒரு பேருந்துப் பயணத்தில் ஜன்னலோரத்து இளைஞனொருவன் தன் ஆண்ட்ராய்டின் வழியே சன்னிலியோனில் ஆழ்ந்திருப்பதைக் கண்டான் அவன். தேடாமல் கிடைப்பது எப்படி புதையலாகும் என்றெண்ணிச் சிரித்துக்கொண்டான்.

•

நிலையாமையின் ஜொலிஜொலிப்பு

எல்லா ஆட்டமும் நாற்பதுவயதுவரைதான். நாற்பதில் நரைத்தூதை அனுப்பிக் காலன் நம்மைக் கவர்ந்துகொள்வான் என்கிறது வளையாபதி. ஆனால் நாற்பதில்தான் நாய்க்குணம் தொடங்குவதாகச் சொல்கிறது நம் நாட்டுப்புற மரபு. இந்த நாய்க் குணத்தை வாழ்வில் எரிச்சல் மிகுந்து குரைக்கும் பருவம் என்று சொல்வதுண்டு. உடலிச்சை தணியாது நாய் போல் அலைந்து திரியும் காலம் என்றும் சொல்வதுண்டு. காமத்தின் விநோத ரூபங்கள் கதைகளில் சொல்வதைக் காட்டிலும் புதிரானவை; அச்சமூட்டக் கூடியவை. ஷகீலா படம் ஓடிய அரங்கிற்குள் காமம் கைத்தடியை ஊன்றியபடி நகர்ந்து நகர்ந்து வந்ததை நான் கண்டிருக்கிறேன். சொன்னால், 'அய்யோ! நீயா? அங்கா?' என்று கூப்பாடு போடுவீர்கள் என்றுதான் நான் எதையுமே சொல்வதில்லை. பாவம், அந்தச் சனியன் இந்த வயதிலாவது கிழவரை விடுவித்து விட்டிருக்கலாம். இளமை நிலையாததுதான்; ஆனால், ஆசை நிலைத்தது போலும்.

வலிக்காமல் ஒரு சாவு வந்துவிட்டால் தேவலை என்று அலுத்துக்கொள்கிற இந்த நாற்பதுவயதில் மட்டு மல்ல. வெற்றிகளின் கழுத்துரத்தம் காணத்துடித்த இருபதின் இளமையிலும் நிலையாமைப் பாடல்கள் என்னைப் பெரிதும் ஈர்த்திருக்கின்றன. ஆயிரம்

பாடல்களுக்கு மத்தியிலும் அவை தனித்து ஜொலித்திருக்கின்றன. கன்னியரின் கடைக்கண் வீச்சு எப்படி மயக்கியதோ அது போன்றே, அதை நிந்தித்த பாடல்களும் மயக்கத்தில் தள்ளின. இந்த இடத்தில் வள்ளுவரின் பாடலொன்றை நினைவுகூரலாம்.

கண் களவுகொள்ளும் சிறுநோக்கம் காமத்தில்
செம்பாகம் அன்று பெரிது

கள்ளத்தனமான அந்தச் சின்னஞ்சிறு பார்வை... அதுவே காமத்தில் பாதியை நிரப்பிவிடுகிறதென்று சொன்னாலே போதும். அதுவே பிரமாதம்தான். அதுவே வானத்தில் பறப்பதுதான். ஆனால் வள்ளுவன் வானத்திற்கும் அப்பால், மேலும் ஒரு டைவ் அடித்து 'செம்பாகம் அன்று பெரிது' என்கிறான். அதாவது அது செம்பாதியிலும் அதிகம் என்கிறான். தெய்வப் புலவனையே இவ்வளவு சீரழிக்குமெனில், சாதாக்கவிஞன் எவ்வளவு இரங்கத்தக்கவன்?

இந்தக் குறள் எனக்கு மிகவும் பிடித்ததுபோலவே, இதற்கு எதிர்நிற்கும் நாலடியாரின் ஒரு பாடலும் மிகப் பிடித்தமானது.

பனிபடு சோலைப் பயன்மரம் எல்லாம்
கனியுதிர்ந்து வீழ்ந்தற்று இளமை – நனிபெரிதும்
வேற்கண்ணள் என்றிவளை வெஃகன்மின் மற்றிவளும்
கோற்கண்ணள் ஆகும் குனிந்து.

வேற்கண்ணள் என்று இளம் பருவத்தே கொஞ்சப்படும் எல்லா அழகியரும், ஒருநாள் கோலையே கண்ணாக ஊன்றி நடக்க நேரும் கிழப்பருவம் அடைவது உறுதி என்கிறது பாடல். நாலடியாரின் நிலையாமைப் பாடல்கள் குலையச்சம் தருபவை. ஒரு மனிதனின் இறுதி ஊர்வலத்தை 'செத்தாரைச் சாவார் சுமந்து' என்று அசால்டாகச் சொல்லிவிடுகிறது அது. எனவே அதைப் பெருஞ்செல்வர்கள், ஆணழகர்கள், பேரழகிகள் தவிர்ப்பது நல்லது. ஆனால் அவர்களுக்காகத்தான் அவை எழுதிவைக்கப்பட்டுள்ளன.

நிலையாமைப் பாடல்கள் மறுக்கவே முடியாத உலக உண்மைகளைப் பேசுகின்றன. அவை பல்லாயிரத்தாண்டு மகிழ்வுற்றிருக்க விழையும் மனித மனத்தை அச்சுறுத்துகின்றன. இந்த அச்சவுணர்வு ஒருவித விலகலையும் ஈர்ப்பையும் ஒரு சேர வழங்குகிறது.

நமது சங்க அகப்பாடல்கள் காதலில் மூழ்கித்திளைப்பவை. அதற்கு நிலையாமை ஒரு பொருட்டல்ல. ஆனால் புறநானூற்றில் அரிதாகச் சில பாடல்களைக் காண முடிகிறது. "செல்வத்துப் பயனே ஈதல், துய்ப்போம் எனினே தப்புந பலவே" என்று தெளிவாகச் சொல்லிவிடுகிறது.

இன்னொரு பாடல் என் பள்ளிப் பருவத்தில் பயமுறுத்தியது...

ஓர்இல் நெய்தல் கறங்க ஓர்இல்
ஈர்ந்தண் முழவின் பாணி ததும்பப்
புணர்ந்தோர் பூ அணி அணியப் பிரிந்தோர்
பைதல் உண்கண் பனிவார்பு உறைப்பப்
படைத்தோன் மன்ற அப்பண்பிலாளன்
இன்னாது அம்ம இவ்வுலகம்
இனிய காண்க இதன் இயல்புணர்ந்தோரே.

(நெய்தல்–சாப்பறை)

ஒரு வீட்டில் சாப்பறை கேட்கிறது. இன்னொரு வீட்டில் முழவின் மங்கல வாத்தியம் இசைக்கப்படுகிறது. தலைவனைக் கூடி மகிழ்ந்த மகளிர் இன்பத்தின் பூவைச் சூடிக்கொள்ள, தலைவனைப் பிரிந்து துயருற்றிருக்கும் பெண்களின் கண்களோ வருந்தி அழுகின்றன. இப்படி இரண்டையும் அருகருகே நிகழ வைக்கிற, ஒன்றையொன்று காணவைக்கிற பண்பற்றவன் நம்மைப் படைத்தவன். எனவே இன்னாதது இவ்வுலகு. அதன் இயல்புணர்ந்து இனிய காணப் பழகவேண்டும்.

பெருந்தனக்காரர்களை ஒரு திருடன் மிரட்டுவது போன்றே, ஒரு புரட்சிக்காரன் மிரட்டுவது போன்றே நிலையாமையும் மிரட்டுகிறது. சகடம் உருள்வதுபோல செல்வமும் மனிதர் கைமாறிச் சுற்றும் என்று எச்சரிக்கிறது. நிலையாமைக்கும் புரட்சிக்குமிடையேயான இந்தக் கள்ளஉறவு சுவாரசியமானது. ‘கயமை’ அதிகாரத்தில் ஒரு குறள் உண்டு . . .

ஈர்ங்கை விதிரார் கயவர் கொடிறுடைக்கும்
கூன்கையர் அல்லா தவர்க்கு.

பசித்தோர்க்கு ஈரக்கையைக் கூட உதறாத கயவர்கள், தாடையில் இரண்டுபோடுபோட்டால் தானாகவே தருவார்கள் என்கிறார் வள்ளுவர். நிலையாமை தாடையில் அல்ல, நெஞ்சத்தில் அறைய முயல்கிறது.

எல்லா ஊரிலும் ஆலமரத்தடியில் அமர்ந்து நாய்க்கரம் ஆடிக்கொண்டிருக்கும் கூட்டம் ஒன்று இருக்கும். அவர்கள் ஆலமரத்திலிருந்து எழுந்து சாப்பாட்டுச் சட்டிக்குச் செல்வர். சாப்பாட்டுச் சட்டியிலிருந்து எழுந்து ஆலமரத்திற்கு வருவர். அவர்க் கடன் பணியற்றிருப்பதே. சும்மா இருக்கும் சுகத்தில் திளைப்பவர் அவர்கள். எங்கள் ஊரில் இப்படியான ஒரு நடுவயதுக்காரர் இருந்தார்; சுவாரசியமானவர்.

யாக்கை நிலையாமைக்கு ஒன்று, செல்வம் நிலையாமைக்கு ஒன்று என இரண்டு சித்தர் பாடல்களை நல்ல ராகத்தில் அடிக்கடி

பாடுவார். ஏன் அப்படி பாடினாரென்று பள்ளிப்பருவத்தில் விளங்கவில்லை. இப்போது புரிவதுபோலத் தெரிகிறது. எப்படியான மனிதனுக்கும் தன்செயல்களுக்குப் பின்னே இருக்கும் நியாயத்தைச் சொல்ல வேண்டியிருக்கிறது. வலுவான தத்துவப் பின்புலம் மட்டும் சிக்கிவிட்டால் போதும் எவ்வளவு தியாகமும் பண்ணலாம் . . . எத்தனை கொலைகளும் செய்யலாம்.

நிலையாமையின் ஒருமுனை மனச்சோர்வோடும் ஊக்கமின்மையோடும் பிணைந்திருப்பதுபோலத் தோன்றினாலும், அதன் மறுமுனை சமதர்மத்தில் கட்டப்பட்டிருக்கிறது. "யாதும் ஊரே; யாவரும் கேளிர்" என்கிற தமிழின் பெருமைமிகு வரி, "நீர் வழிப்படும் புணை போல், ஆருயிர் முறை வழிப்படும் . . ." என்கிற நிலையாமையின் நிழல்தோய்ந்த வரிகளின் மேல் காலூன்றியே நிற்கிறது.

நமது காப்பியங்களும் நிலையாமையை வலியுறுத்திப் பேசவே செய்கின்றன. 'ஊழ்வினை உறுத்து வந்து ஊட்டும்' என்கிறது சிலப்பதிகாரம். மணிமேகலை பேசும் யாக்கை நிலையாமை இது . . .

> வினையின் வந்தது / வினைக்கு விளைவு ஆயது
> புனைவன நீங்கின் புலால் புறத்திடுவது
> மூப்பு, விளிவு உடையது / தீப்பிணி இருக்கை
> பற்றின் பற்றிடம்/ குற்றக் கொள்கலம்
> புற்று அடங்கு அரவின் செற்றச் சேக்கை
> அவலம் கவலை கையாறு அழுங்கல்
> தவலா உள்ளம் தன்பால் உடையது
> மக்கள் யாக்கை இது என உணர்ந்து . . .

[புற்று அடங்கு அரவின் செற்றச் சேக்கை – புற்றில் துஞ்சும் அரவம்போல, சினம் துஞ்சும் இடம் இவ்வுடம்பு]

சுடுகாட்டுச் சித்திரமொன்று . . .

> யாங்கணும் பரந்த ஓங்கு இரும் பறந்தலை
> தவத்துறை மாக்கள், மிகப் பெருஞ்செல்வர்
> ஈற்றிளம் பெண்டிர், ஆற்றாப் பாலகர்
> முதியோர் என்னான், இளையோர் என்னான்
> கொடுந்தொழிலாளன் கொன்றனன் குவிப்ப
> இவ் அழல்வாய்ச் சுடலை தின்னக் கண்டும்
> கழிபெருஞ் செல்வக் களியாட்டு அயர்ந்து
> மிக்க நல்லறம் விரும்பாது வாழும்
> மக்களின் சிறந்த மடவோர் உண்டோ ?

பரந்து பாழ்பட்டிருக்கிற இச்சுடுகாட்டில் தவமுனிவர், பெருஞ்செல்வர், பிரசவித்த தாய்மார், அறியாப் பாலகர், முதியோர், இளையோர் என அனைவரும் எவ்வித இரக்கமோ பேதமோ இன்றி எமனால் கொன்றொழிக்கப்பட்டிருக்கிறார்கள். அழலின்

வாயானது இப்படி எல்லாரையும் தின்பதை அறிந்திருந்தும் செல்வக் களியாட்டுகளில் மூழ்கித் திளைக்கும் மக்களைக் காட்டிலும் மடையர்கள் உண்டோ என்று கேட்கிறது மணிமேகலை.

தன்மேல் காதல்மிக்குவந்த உதயகுமரனுக்கு, அருகிலிருக்கும் மூதாட்டியைக் காட்டி இளமை நிலையாமையை உணர்த்த முயல்கிறாள் மணிமேகலை. முப்பது வரிகளுக்கு நீள்கிறது இப்பகுதி. இளமையில் மின்னி ஜொலித்த ஒவ்வோர் அங்கமும் இன்று எப்படி அழுகி நாறுகிறது பார் என்று விளக்கிச் சொல்கிறாள்.

பூவினும் சாந்தினும் புலால் மறைத்து யாத்து
தூசினும் அணியினும் தொல்லோர் வகுத்த
வஞ்சம் தெரியாய் மன்னவன் மகனே!

என்று நல்லறிவு புகட்ட முயல்கிறாள். பூக்களாலும் சந்தனக் கலவையாலும் புலால் நாற்றத்தை நீக்கி, ஆடைகளாலும் அணிகலன்களாலும் மறைத்துவைக்கப்பட்டிருக்கும் வஞ்சம் இந்த யாக்கை என்கிறாள். 'பார்த்தாயா, முதுமையின் கோலத்தை!' என்று கேட்கிறாள் மேகலை. நானாக இருந்திருந்தால் "அதனால்தான் சொல்கிறேன் அன்பே, இளமையிருக்கும்போதே இனித்துக் கிடப்போம் வா . . ." என்று அழைத்திருப்பேன். உதயகுமரன் அப்படி சொல்லவில்லை; அல்லது சாத்தனார் அப்படி சொல்ல விடவில்லை.

இளமை நிலையில்லாதது எனில், பருவத்தே பயிர் செய் என்று சொல்லலாம். ஆனால் துறவு பேசும் நம் இலக்கியங்கள் அப்படி சொல்வதில்லை. இளமை எங்கே சென்றுவிடப் போகிறது என்கிற மெத்தனத்தில் அதன் இன்பங்களைத் தவறவிட்டோர் பட்டியல் நெடியது. இப்படித்தான் என் முப்பதின் ஒருநாளில் பெட்டிக்கடை மறைப்பில் அமர்ந்து ஒரு சிகரெட்டைப் பற்ற வைத்தேன். நிமிர்ந்து பார்த்தால் நாற்பது வந்துவிட்டது. 'அந்திமம்' என்கிற ஞானக்கூத்தனின் கவிதை எப்போது படித்தாலும் கண்ணீர் பெருக வைப்பது . . .

பூ உதிர்ந்த முல்லைக் காம்பாய்
மரம் பட்ட சாலைக் கென்னை
அனுப்பு முன்
பேரைக் கொஞ்சம்
சோதித்துப் பாருங்கள் ஸார்.

புறநானூற்றில் ஒரு பாடல் உண்டு . . . பாடியது தொடித்தலை விழுத்தண்டினார். தன் இளமைக் காலத்து இனிய நினைவுகளை எண்ணி வருந்தும் முதியவரைப் பற்றிய பாடல். அதில் முதுமையின் துயரத்தைக் குறிக்க ஒரு சொற்றொடரை ஏவுகிறார் புலவர். சரியாகச் சென்று இதயத்தைத் தைக்கிறது அது . . . 'இருமிடை மிடைந்த சில சொல்' . . . அதாவது ஓயாது வருத்தும்

இருமல்களுக்கிடையே எப்போதாவது பேச வாய்க்கும் சில சொற்களை உடையதாம் முதுமை.

பக்தியிலக்கியப் பாடல்களும் ஊனுடலை வெறுத்துப் பற்றுகள் நீங்கிக் கடவுளை அடைய இறைஞ்சி நிற்கின்றன.

பொத்தை ஊன் சுவர்; புழுப் பொதிந்து
உளுத்து அசும்பு ஒழுகிய பொய்க் கூரை
இத்தை மெய் எனக் கருதி நின்று
இடர்க்கடல் சுழித்தலை படுவேனை
முத்து, மாமணி மாணிக்க வயிரத்த பவளத்தின் முழுச்சோதி
அத்தன் ஆண்டு தன் அடியரில் கூட்டிய அதிசயம்
கண்டோமே.

பொத்து புழுப்பொதிந்து உளுத்து ஒழுகும் இயல்புடைய உடல் ஒரு பொய்க் கூரை. அதை மெய்யென்று எண்ணி இடர்க்கடலின் சுழியில் சிக்கித்தவிக்கும் என்னையும் சோதிமய மான என் அப்பன் தன் அடியரோடு சேர்த்து அருளிய அதிசயத்தைக் கண்டோம் என்கிறார் மாணிக்கவாசகர்.

உயிர்குலம் மொத்தமும் மயங்கிக்கிடக்கும் இடத்தை 'மலமுடை ஊத்தை' என்று பழிக்கத் துணிகிறார் பெரியாழ்வார்.

மலமுடை யூத்தையில் தோன்றிற்றோர் மலவூத்தையை
மலமுடை யூத்தையின் பேரிட்டால் மறுமைக்கில்லை
குலமுடைக் கோவிந்தா கோவிந்தா என்றழைத்தக்கால்
நலமுடை நாரணன் தம்மன்னை நரகம்புகாள்.

மலமுடைய ஊத்தைக்குழி வழியே வந்து பிறந்த குழந்தைக்கு, இன்னொரு ஊத்தைக்குழியில் இருந்து வந்த அற்ப மானிடர்களின் நாமத்தைச் சூட்டக்கூடாதாம். கோவிந்த நாமமே உகந்ததாம். அப்படி நாராயண நாமம் சூட்டிய அன்னையர் எவரும் நரகம் புகுவதில்லை என்கிறார்.

சித்தர் பாடல்களைப் படித்தால் பொதுவாகக் கிளுகிளுப்புக் குறைய வேண்டும்; கூடுகிறது என்று ஒருவன் சொன்னால் அவனை எதில்கட்டிவைத்து எதனால் விளாசுவது?

முள்ளும் கல்லும் முயன்று நடக்கும்
உள்ளங் காலைப் பஞ்சென உரைத்தும் . . .

என்று தொடங்கும் பட்டினத்தாரின் வரிகள் பிரசித்தமானவை. அதையடுத்து வரும் வரி,

வெள்ளெலும் பாலே மேவிய கணைக்கால்
துள்ளும் வராலெனச் சொல்லித் துதித்தும்

என்கிறது. கணைக்காலை வரால் என்று எண்ணலாகாது என்கிறார் அடிகள். நானோ அதையே எண்ணியெண்ணி அழிகிறேன்.

கச்சணிந்த கொங்கை மாதர் கண்கள் வீசு போதினும்
அச்சமில்லை அச்சமில்லை அச்சமென்பதில்லையே . . .

என்பது பாரதி வாக்கு. பாரதி பரவாயில்லை. இன்னொருவர் முகப்பருவிற்கெல்லாம் அஞ்சியிருக்கிறார். முகப்பரு காமத்தைக் கிளர்த்தும் என்பது இருபதாம் நூற்றாண்டின் இறுதியில் முளைவிடத் தொடங்கி, இருபத்தொன்றாம் நூற்றாண்டில் 'மலர் டீச்சரின்' வருகைக்குப் பிறகு உறுதி செய்யப்பட்ட ஒரு சிந்தனை என்று நான் எண்ணிக்கொண்டிருந்தேன். ஆனால் ஒன்பதாம் நூற்றாண்டிலேயே ஒருவர் வஞ்சியர் முகப்பருவைக் கண்டு அஞ்சி நடுங்கியிருக்கிறார். அவர் மாணிக்கவாசகர் . . . "ஸ்வாமி, தைரியமாக இருக்க வேண்டும் . . . இதற்கெல்லாம் பயந்தால் எப்படி? "

. . . ஒருத்தி வாய் துடித்த வாறும்
துகிலிறையே சோர்ந்த வாறும், முகங்குறுவேர் பொடித்தவாறும்
இவை உணர்ந்து கேடு என்றெனக்கே சூழ்ந்தேனே

இதழ்கள் துடிப்பதைக் கண்டும், துகில் நெகிழ்ந்து விலகுவது கண்டும், முகத்தில் குறுவேர் அரும்பிநிற்கும் அழகு கண்டும் மயங்கிய என்னைக் கேடு சூழ்ந்துகொண்டது என்கிறார்.

ஒரு சுவாரசியமான கதை . . . பத்திரகிரியார் ஓர் அரசர். அவர் பட்டினத்தடிகளின் திருச்செய்கைகளைக் கண்டு, நிலையாமையை உணர்ந்து, அரசாட்சியை விட்டுத் துறவு மேற்கொள்ளத் துணிகிறார். வெறும் திருவோட்டைக் கையில் ஏந்தி, பிச்சை ஏற்றுத் தன் குருவான பட்டினத்தாருக்கு அளித்து, தானும் உண்டு வாழ்ந்துவருகிறார். ஒருநாள் குருவிற்கு உணவளித்துவிட்டுத் தான் உண்ணத்தொடங்கும்போது பசிமிகுதியால் நாயொன்று அவரைச் சுற்றி வருகிறது. அதற்கும் கொஞ்சம் உணவளிக்கிறார். அப்போதிருந்து நன்றியுணர்வால் பீடிக்கப்பட்ட அந்த நாய் அவரோடே தங்கிவிடுகிறது. இந்நிலையில் ஒருநாள் பட்டினத்தடிகளிடம் சென்று ஒரு துறவி பிச்சை கேட்கிறார். அவர், "என்னிடம் கோவணத்தைத் தவிர ஏதுமில்லையப்பா . . . இப்படி மேற்குப் புறமாக சென்றீரென்றால், அங்கு திருவோடும் ஒரு நாயுமாகச் சம்சாரியொருவன் அமர்ந்திருப்பான். அவனிடம் சென்று கேளுங்கள் . . ." என்று சொல்லி அனுப்புகிறார். அந்தத் துறவி பத்திரகிரியாரிடம் சென்று பட்டினத்தடிகள் சொல்லி அனுப்பியதைச் சொல்கிறார். இதைக் கேட்டதும் அதிர்ந்துபோன பத்திரகிரியார் "ஒரு ஓடும், ஒரு நாயும் இப்படி என்னை சம்சாரி ஆக்கிவிட்டதே" என்று வருந்துகிறார். திருவோட்டைத் தூக்கி வீச, அது நாயின் தலையில் விழுந்து நாய் செத்துவிடுகிறது. திருவோடும் உடைந்துவிடுகிறதாகக் கதை முடிகிறது.

இந்தக்கதை ஒரு திருவோடும் ஒரு நாயும் இருந்தாலே அவனை சம்சாரி என்கிறது. இன்றைய சம்சாரிகளுக்கு என்னென்ன தேவையிருக்கிறது என்பதை நினைத்தாலே தலைசுற்றுகிறது. ஒவ்வொருவரும் தனிஊர், தனிநாடு, தனிக்கண்டம் என்கிற கற்பனையில் வாழ்கின்றனர். அநேகமாக அம்பானிகளுக்கு யாருக்கும் தெரியாமல் தனிக்கிரகம் இருந்தாலும் இருக்கும்.

சித்தர் பாடல்கள் கொஞ்சமும் கருணையற்ற கடுஞ்சொற் களால் நிலையாமை பேசுகின்றன. நம்மை அச்சத்தால் நிலைகுலையச் செய்கின்றன. அதிபயங்கரமான சொற்களால் கட்டியெழுப்பப்பட்டு ஒரு மல்லனைப் போல் எழுந்து நிற்கிறது அச்சம். அதனெதிரே அடங்கவே அடங்காத நம் ஆசை இன்னொரு மல்லனாகக் களம் இறங்குகிறது. ஆசை மல்லனும் அச்ச மல்லனும் கட்டிப்புரண்டு போடும் யுத்தத்தின் முடிவில், ஆசை அச்சத்தைத் தூக்கித் தன்தலைக்குமேல் சுற்றித் தூர எறிந்துவிடுகிறது. எனவே நமது இன்பத்திற்குப் பங்கம் நேர்வதில்லை; ஞானத்திற்கும் பங்கம் நேர்வதில்லை.

தனிப்பாடல் திரட்டின் சில பாடல்களில் 'இளமை நிலையாமை' பேசப்பட்டிருக்கிறது. தான் கட்டழகோடு புத்தம் புதிதாய் இருக்கையில், தலைவனுக்குச் சுகமாய் இனித்ததையும், ஒரு பிள்ளை பெற்றுக் கொஞ்சம் உடல் தளர்ந்ததும் கசந்துபோனதையும் எண்ணி வருந்தும் தலைவியின் கூற்றுக்கள் அப்பாடல்கள். இவ்வகையில் சுப்பிரதீபக் கவிராயரின் ஒரு பாடல் எனக்குப் பிடித்தமானது . . .

> கச்சிருக்கும் போது கரும்பானேன் கைக்குழந்தை
> வச்சிருக்கும் போது மருந்தானேன் – நச்சிருக்கும்
> கண்ணார் கரும்பானார் காணவும் நான் வேம்பானேன்
> அண்ணாமலை அரசுக்கு.

தளராத கச்சணிந்து திமிர்த்த இளமையோடு திரிந்த காலத்தில் தலைவனுக்கு நான் கரும்பைப் போன்று இனித்தேன். ஒரு பிள்ளை பெற்றுத் தளர்ந்து கைக்குழந்தையுடன் காணப்படும் இப்போதோ நான் கசக்கும் மருந்தாகிறேன். நச்சைக் கண்களில் தேக்கிவைத்திருக்கும் பரத்தையர் கரும்பாக, நான் வேம்பாகிப் போனேன்.

முன்பு உனக்கு 'உள்ளம் கைத் தேனானேன்' இன்றோ 'உள்ளம் கைத்தேன் உனக்கு நான்' என்று வருந்துகிறாள் ஒரு தலைவி. இன்னொருத்தி 'பழையவரால் என்ன பயன்?' எனக் கேட்டு ஏங்குகிறாள்.

"காண்பதெல்லாம் மறையும் என்றால், மறைந்ததெல்லாம் காண்பம் அன்றோ," என்று கேட்டவன் பாரதி. "பராசக்தி

உளத்தின்படி உலகம் நிகழும்: நமக்கேன் பொறுப்பு" என்று தப்பித்துக்கொள்கிறான் அவன்

> மாதரோடு மயங்கிக் களித்தும்
> மதுர நல்லிசை பாடிக் குதித்தும்
> காதல் செய்தும் பெறும் பல இன்பம்
> கள்ளின் இன்பம், கலைகளின் இன்பம்
> பூதலத்தினை ஆள்வதின் இன்பம்
> பொய்மை அல்ல இவ்வின்பங்கள் எல்லாம்
> யாதும் சக்தி இயல்பு எனக் கண்டோர்
> இனிய துய்ப்பர் இதயம் மகிழ்ந்தே

என்று பாடி நம்மை நிம்மதியடையச் செய்கிறான்.

> யாதும் எங்கள் சிவன் திருக்கேளி
> இன்பம் யாவும் அவனுடை இன்பம்

என்கிற வரிகள் கஞ்சா இலைகளைத் துணிந்து நசுக்கப் போதுமானவை.

சமீபத்தில் நடிகை ஸ்ரீதேவி காலமானார். பலரும் அதிர்ச்சிக்குள்ளானார்கள். "ஸ்ரீதேவிக்கெல்லாம் மூப்பே வராது என்று நினைத்திருந்தேன்; சாவே வந்துவிட்டது" என்று மனுஷ்யபுத்திரன் எழுதினார். 'ஸ்ரீதேவி இன்றில்லை எனும் உலகு' என்கிற கவிதையையும் எழுதினார். அவர் கமல் ரசிகர் என்கிற போர்வையில் போய், ஸ்ரீதேவியைத்தான் அந்தப் படங்களில் கண்டு வந்திருக்கிறார் என்பதை அக்கவிதை நமக்குக் காட்டித்தந்தது. "நெருநல் உளனொருவன் இன்றில்லை என்னும் பெருமையுடைத்து இவ்வுலகு ..." என்கிற மகத்தான குறளின் மீது சாய்த்துவைத்து எழுதப்பட்ட கவிதையிது. எனக்கோ 'ஸ்ரீதேவி இன்றில்லை எனும் குஷி' என்று ஒரு எதிர்க்கவிதை எழுதத் தோன்றியது. ஏற்கெனவே மாளாத்துயரில் இருக்கும் அவரை மேற்கொண்டு வருத்த வேண்டாம் என்று விட்டுவிட்டேன்.

உண்மையில் சாம்ராஜ்யங்கள் சரியும்போது, அரசியல் தலைகள் உருளும்போது, தங்கத் தாரகைகள் உதிரும்போது சாதாரண அற்ப மனத்தில் ஒருவித விநோத குஷி பிறக்கிறது. தாரகைகளும் ஒருநாள் கருகி உதிர்ந்துவிடுவதைக் காண்பதில் குடிசைகளின் அரிக்கேன் விளக்குகளுக்கு ஒரு சின்ன நிம்மதி இருக்கிறது. அந்த 'அச்சச்சோ ...'க்களுக்குப் பின்னே ஒரு "ஆஹா" ஒளிந்திருக்கவே செய்கிறது.

நிலையாமையோடு உறவாடும் இரண்டு சமகாலக் கவிதைகளோடு கட்டுரையை நிறைவு செய்யலாம். கார்த்திக் நேத்தாவின் கவிதை ஒன்று ...

சும்மா இரு

அதுபற்றிக்
கவலை வேண்டாம்
அதில் உன் பங்கு
எதுவுமில்லை
கேள்
சும்மா இருந்தால்
ஞானம் தலைக்கேறும்
பிதற்றவோ பெருமை அடிக்கவோ
அருகதை இல்லை உனக்கு
நீ வாங்கவுமில்லை துவைக்கவுமில்லை
காயப் போடவுமில்லை
கொடிக்கயிற்றில் காயும் வெயிலை
எடுத்துப்போக இரவால் மட்டுமே முடியும்
சும்மா இருந்து ஞானமடைவதில்
உனக்கென்ன சிரமம்?

இன்னொரு கவிதை குணா கந்தசாமியுடையது . . . எளிய புறக்காட்சியின் பாவனையில் இருப்பது . . . ஆனால் என்னளவில் ஐந்துவரியாலான நீண்ட பெருமூச்சு . . .

தனிமைப் பாலை

அந்திமக்கால ஒட்டகங்கள்
மூப்பின் துர்வாசனையோடு
காட்சிப்பொருளாய் நடக்கும்
நகரத்தின் சிமெண்ட் தெருக்களில்
மங்கைகள் இறகுப்பந்து விளையாடுகிறார்கள்

எப்படியும் எனக்கு அந்திமம் வரும்; எப்படியும் நான் ஒட்டகம் ஆவேன்; எப்படியும் மருத்துவர் நடைப்பயிற்சி போகச் சொல்லி மிரட்டுவார்; கூகுள் எவ்வளவோ வசதிகளை நமக்கு வழங்கிவிட்டது. "இன்று மங்கைகள் எத்திசையில் இறகுப் பந்து விளையாடிக்கொண்டிருக்கிறார்கள்?" என்று அறிந்துகொள்ளும் வசதியையும் என் அந்திமப் பருவத்திற்குள் அது எப்படியும் வழங்கி விடும். நானும் கொஞ்சம் காசையும் மிக்க நன்றியையும் அதற்குக் காணிக்கையாக்கிவிட்டு அது சுட்டிய திசைக்கு எதிர்த்திசையில் அச்சமின்றி நடை பயில்வேன்.

நமது இலக்கியங்கள் இம்மையில் செய்த வினைகளின் பயன் மறுமையில் விளையும் என்கின்றன. சிலம்பு இதை 'வினைவிளை காலம்' என்கிறது. எனவே நம்மை அறம்செய்ய வலியுறுத்துகின்றன. புறநானூற்றுப் பாடலொன்று இதைக் கடுமையாகச் சாடுகிறது. 'அறவிலை வணிகம்' என்று இதைப் பழிக்கிறது. ஆம் . . . அறங்களை முதலீடு செய்து இன்பத்தை அறுவடைசெய்துகொண்டால்

அதற்குப் பெயர் வியாபாரம்தானே? சொர்க்கத்தில் துண்டு வீசி வைப்பதுதானே? இப்படி வியாபாரமாக அல்ல, வாழ்வின் இயல்பான நெறியாகவே அறம் ஆற்ற வேண்டும் என்கிறது அப்பாடல். இருபத்தொன்றாம் நூற்றாண்டுப் பிள்ளைகளான நம்மால் அவ்வளவு தூரம் குரலுயர்த்திக் கூவ முடியுமா என்று தெரியவில்லை. ஆயினும் எண்ணெய்க் கொப்பரைகளுக்கு அஞ்சியேனும் அவ்வப்போது அறம்செய்துவைப்போம் நண்பர்களே!

அண்ணா நூற்றாண்டு நூலகம் நடத்திய
'பொன்மாலைப் பொழுது' நிகழ்வில் ஆற்றிய உரையின்
எழுத்து வடிவம்

தேனொடு மீன்

இராமனாகிய தேனும் குகனாகிய மீனும் ஒருவரையொருவர் கண்டு, களிப்பெய்தி, கண்ணீர் பெருக்கி, ஒருவருள் ஒருவர் புக்கு, பிரிந்தும் பிரியா நின்றதைப் பேச விழைகிறது இக்கட்டுரை. இராமாயணத்தை வாசிக்க இராம பக்தி அவசியமில்லை. பொதுவுடைமைச் சித்தாந்தங்களில் இறுதிவரை உறுதிப் பிடிப்போடு இருந்த தோழர் ஜீவா கம்பனை விடவில்லை. இராமாயணத்தின் வற்றாத இலக்கிய வளங்களை அவர் புறக்கணிக்கவில்லை. உடல்முழுக்கத் திருநீறு பூசி, கைகளில் சப்ளாக் கட்டைகளைக் கொடுத்து, அவர் இராமபஜனை செய்வதாக தி.மு. கழகத்தார் கேலிச்சித்திரம் தீட்டிய போதும் அவர் பின்வாங்கவில்லை; நாமும் பின்வாங்க வேண்டியதில்லை. 'அறிஞர் காதற்கு அமை விருந்துதான்' அவன். இராமன் பெயரால் நிகழும் குருதிப்பெருக்கிற்கும் அவனுக்கும் தொடர்பில்லை. அவன் கைகளில் இருப்பது அநீதிகளுக்கெதிரான கோதண்டமே என்றும், அது பர சமயத்துக் கர்ப்பிணிப் பெண்களின் வயிற்றில் இறங்கும் பிச்சுவா அல்ல என்றும் நம்புவது, தேவையற்ற மனத்தடைகளிலிருந்து நம்மை விலக்கிவைக்கும். தவிரவும் இராமகாதை வெறுமனே இராமகாதை மட்டுமல்ல. இந்தக் கட்டுரையின் நாயகனும் குகன்தான். இராமன், குகனைப் பெருமைசெய்யும் ஒரு துணை மட்டுமே. கம்பனில் குகப்படலம், கங்கைகாண் படலம் ஆகிய இரு படலங்களிலும் குகன் பிரதான பங்கு வகிக்கிறான். குகப்படலம் இராமனும் குகனும் கண்டு காதல்செய்வது. கங்கைகாண் படலம் பரதனை குகன்

இராமனிடம் கொண்டு சேர்ப்பது. கங்கைகாண் படலத்தை அடுத்து வருவது 'திருவடி சூட்டுப் படலம்'. அதாவது பரதன் இராமனை நாடாள அழைத்து, அவன் மறுத்துவிடவே, இராமனது திருவடிகளே நாடாளும் என்று சொல்லி அவனது பாதுகைகளைப் பெற்றுத் திரும்பும் படலம். இப்படலம் முழுக்கவும் குகன் உடன் இருக்கிறான். ஆனால் அவன் ஒரு சொல்லும் சொல்வதில்லை. பரதனும் இராமனும் சந்தித்துக்கொள்ளும் உணர்வுப் பெருக்கின் நாடகங்களிலிருந்து விலகியே நிற்கிறான். படலம் நிறைகையில் 'கொண்டல் தன் ஆணையால் குகனும் போயினான்' என்கிற வரி வருகையில்தான் குகனும் பரதனோடு அங்கு இருந்ததை நாம் அறிந்துகொள்கிறோம். பிறகு இராவணவதம் முடிந்து அயோத்தி திரும்புகையில், ஏற்கெனவே குகனுக்குக் கொடுத்த வாக்கின்படி இராமன், குகனைத் திரும்பவும் சந்திக்கிறான். இங்கு சிலபாடல்களில் குகன் பேசப்படுகிறான். இது மீட்சிப் படலத்தில் வருகிறது. கடைசியாக முடிசூட்டு விழா முடிந்து வீடணன் இலங்காபுரி செல்லும்போது, வழியில் குகனைத் தன் புஷ்பக விமானத்தில் ட்ராப் செய்துவிட்டுப் போகிறான். 'திருமுடி சூட்டுப் படலத்தில்' குகன் ஏதும் பேசுவதில்லை; வெறுமனே இருக்கிறான். 'விடை கொடுத்த படல'த்திலும் குகன் ஏதும் பேசுவதில்லை. இராமனே விடை கொடுத்து வழியனுப்புகிறான். இதுவன்றி குகன் ஒரு நினைவாகக் குறிக்கப்படும் பாடல்கள் சிலவுண்டு. குகனொடு ஐவர் ஆனோம் என்று இராமன் வீடணனிடம் சொல்வதுபோல. ஆக ஒட்டுமொத்த இராமாயணத்திலும் குகனின் பிரதான இடம் இரண்டு படலங்கள் மட்டுமே. ஆயினும் குகன் குகப்பெருமானாகி இன்று நம் ஆலயங்களில் வீற்றிருக்கிறார்.

கம்பனை 'மிகையில் நின்றுயர் நாயகன்' என்று சொல்லலாம். ஆம் மிகை அவரது பிரதான அழகியல்களில் ஒன்றாக இருக்கிறது. ஆனால் அலுப்பூட்டாத, சுவாரசியமான, பரவசம்கொள்ளச் செய்யும், தித்திக்கும் மிகை. இது கடவுளர்கள் திரியும் ஒரு புராணக்கதை என்கிற எண்ணம் நம் மனத்தில் இருந்தால், மிகைபோன்ற நவீன விமர்சனக் கூறுகளால் நம் வாசிப்பு தொந்தரவுக்குள்ளாவதில்லை. எனவே நாம் கம்பனை விட்டு விலகுவதில்லை.மாறாக அவனது விதவிதமான மிகைகளில் நாம் கட்டுண்டு கிடக்கிறோம். சீதையை ஒரு பேதைப் பெண்ணாகக் காட்ட வேண்டிய தருணத்தில் கூட, அவரால் பேதைமையின் உச்சத்தில் மிகையோடே பேச முடிகிறது.

தங்களைக் காட்டில் விட்டுவிட்டு அயோத்தி திரும்பும் சுமந்திரன் எனும் அமைச்சரிடம் சீதை கூறுகிறாள் . . .

> அன்னவள் கூறுவாள்; அரசர்க்கு அத்தையர்க்கு
> என்னுடை வணக்கம் முன் இயம்பி, யான் உடைப்

பொன்நிறப் பூவையும் கிளியும் போற்றுக என்று
என்னுடை எங்கையர்க்கு உணர்த்துவாய் என்றாள்.

அரசர்க்கும் அத்தையர்க்கும் என்னுடைய வணக்கங்களை முதலில் தெரிவியுங்கள். பிறகு நான் ஆசையாக வளர்த்துவந்த கிளியையும் மைனாவையும் பத்திரமாகப் பார்த்துக்கொள்ளும்படி என் தங்கையரிடம் சொல்லுங்கள்

இந்தக்கவிதைக்கு அரசர் அத்தையெல்லாம் முக்கியமில்லை. மைனாவும் கிளியும்தான் முக்கியம். இந்தச் சீதை தெய்வமில்லை . . . நெருப்பில் குளித்தெழுபவளில்லை . . . சாதாரண மனுஷி . . . பேதைப் பெண். தன் வாழ்வே புயலுடை மரமாய் அடிபெயர்ந்து கிடக்கையில் எவளாவது மைனாவையும் கிளியையும் கேட்பாளா? கேட்பாள் . . . கம்பனின் ஜானகி கேட்பாள்.

குகனது பாத்திரம் முழுக்க இந்த மிகைமிளிர்ந்த வண்ணமே இருக்கிறது.

அம்பிலே சிலையை நாட்டி அமரர்க்கு அன்று அமுதம் ஈந்த
தம்பிரான் என்னத் தானும் தமிழிலே தாலை நாட்டிக்
கம்பநாடு உடைய வள்ளல் கவிச்சக்ரவர்த்தி பார்மேல்
நம்பு பாமாலை யாலே நரர்க்கும் இன்று அமுதம் ஈந்தான்

என்கிறது கம்பனைக் குறித்த பழம்பாடல் ஒன்று.

பாற்கடலில் மேருமலையை நாட்டித் தேவர்களுக்கு அன்று அமுதத்தைக் கடைந்தெடுத்தளித்த தம்பிரான் போல, தமிழிலே தன் தாலை நாட்டி மனித்தப் பிறவிகளுக்கும் அமுதத்தை அளித்தான் கம்பன் என்கிறது பாடல். ஆம் . . . தமிழ்ச்சுவை தெரியுமெனில், அமுதுதான் அது.

குகன் அறிமுகமாகும்போதே குளகச்செய்யுளோடு அறிமுகம் ஆகிறான். குளகம் என்றால் அது பாடலின் பொருள்; ஒரு பாடலில் முடிந்துவிடாமல், அடுத்தடுத்த பாடல்களிலும் தொடர்ந்து சென்று, ஏதேனும் ஒரு பாடலில் முடிவது. குகனை அறிமுகம்செய்யும்போதே ஒன்பது பாடல்களால் ஆன குளகத்தால் அறிமுகம் செய்கிறான் கம்பன். "ஆய காலையின், ஆயிரம் அம்பிக்கு நாயகன், போர்க்குகன் எனும் நாமத்தான்" என்று முதல் பாடலில் தொடங்கும் விவரிப்பு, அவனது உருவம், உடை, பேச்சு, பார்வை என்று பலவற்றையும் பேசிவிட்டு ஒன்பதாவது பாடலில், "ஒருங்கு தேனொடு மீன் உபகாரத்தன், இருந்த வள்ளலைக் காண வந்து எய்தினான்" என்று முடிகிறது. விரிவாக வர்ணிப்பதற்கு இந்தக் குளகம் உதவுகிறது. கம்பராமாயணத்தில் பாடப்பட்ட நெடிய குளகம் அதன் நாயகன் இராமனைப் பற்றியதல்ல, இராவணனைப் பற்றியதே.

குகன் இராமனைக் காணச் செல்கிறான். வெளியே காவல் செய்யும் இலக்குவன் குகனிடம் யாரென்று வினவி, அவனை அங்கேயே நிற்கச் செய்துவிட்டு, உள்ளே சென்று இராமனிடம் சொல்கிறான் . . .

நிற்றி ஈண்டு என்று புக்கு
நெடியவன் – தொழுது தம்பி,
"கொற்றவ! நின்னைக் காணக் குறுகினன்,
நிமிர்ந்த கூட்டச் சுற்றமும் தானும்
உள்ளம் தூயவன்; தாயின் நல்லான்;
எற்று நீர்க் கங்கை நாவாய்க்கு இறை;
குகன் ஒருவன்" என்றான் (1964)

குகனைப் பற்றி இராமனுக்கோ இலக்குவனுக்கோ எதுவும் தெரியாது. ஆயினும் குகனை இராமனிடம் அறிமுகம்செய்யும் போதே 'தாயின் நல்லான்' என்கிறான் இலக்குவன். இது குறித்து அ.ச. தன் 'தம்பியர் இருவர்' நூலில் நிறைய எழுதியிருக்கிறார். குறைசொல்ல முடியாத தர்க்கங்கள். அப்பகுதியை இப்படி முடிக்கிறார் . . .

"இதனைவிடச் சிறப்பான செயல் என்னவெனில், இலக்குவன் இவ்வுண்மையைக் கண்டுபிடித்ததாகும். எத்துணை அறிவாற் சிறந்தவர்களையும் பிறருடைய புறத்தோற்றம் ஓரளவு ஏமாற்றி விடுகிறது. மிகச் சிறந்த கூர்த்த மதியினரே இப்புறக்காட்சியால் மயங்கிவிடாமல், உள்ளே ஊடுருவிநோக்கி உண்மைகாண்கின்றனர். அத்தகைய கூர்த்த மதியினருள்ளும் தலைசிறந்தவனாய் இருக்க வேண்டும் இலக்குவன் என்று உறுதியாகக் கூறலாம் . . . குகனது புறத்தோற்றம் கவனிக்கப்பட வேண்டாதது; இதைச் சுட்டிக் காட்டுவான்போல இளையவன் இராமனிடம் 'தாயினும் நல்லான்' என்று கூறுகிறான்."

எனக்கு இப்படி தோன்றியது . . . இராமகாதை ஏற்கெனவே சமூகத்தில் புழங்கிவருவதுதான். குகன் நல்லான் என்பது எல்லார்க்கும் தெரியும். கம்பனது வேலை அவன் எவ்வளவு நல்லவன் என்று சொல்வது மட்டும்தான். எனவே தாயின் நல்லான் என்று ஒற்றைச் சொல்லில் சரியாகச் சொல்லிவிட்டுக் கடந்தான். இப்படி சொல்வது கம்பனைக் குறைப்பதாகுமா, அவனது அடியார்கள் கோபித்துக்கொள்வார்களா? எனக்குத் தெரியவில்லை.

குகனது பாத்திரம் இன்றும் நின்று நிலைப்பதற்குக் காரணம், அவன் சுத்த சைவனை அசைவத்தின் வழியே அன்பு செய்ததால்தான். அறிவார்த்தம் கூடிய அன்பைக் காட்டிலும் பேதைமை நிரம்பிய அன்பு, எளிய மனிதர்களை மட்டுமல்ல கற்றோரையும் உருக்கிவிட வல்லது. நான் தினமும் பணிக்குச்

செல்லும் வழியில் குகன் பஞ்சர் ஓட்டும் கடை உள்ளது. "நல்லதுதான் . . . குகன் ஓட்டினால் விலகவே விலகாதல்லவா? கட்டாயமாகப் போட்ட இடத்திலேயே போகாதல்லவா?" என்று நினைத்துக்கொள்வேன். ஆனால் வீடணன் பஞ்சர் ஒட்டுவதாகவோ போண்டா விற்பதாகவோ நான் எங்கும் கண்டதில்லை.

பல பட்டிமன்றங்களில் சொல்வது போல் உண்மையில் இராமன் மீனை உண்ணவில்லை; உண்டதுபோல ஒரு கணக்கு அவ்வளவுதான்.

'இருத்தி ஈண்டு' என்னலோடும்
  இருந்திலன்; எல்லை நீத்த
அருத்தியன், தேனும் மீனும்
  அமுதினுக்கு அமைவது ஆகத்
திருத்தினென் கொணர்ந்தேன்; என்கொல்
  திருஉளம்' என்ன, வீரன்
விருத்த மாதவரை நோக்கி முறுவலன்,
  விளம்பலுற்றான் (1966)

அமரச் சொன்னதற்கு அமராமல் எல்லையற்ற அன்பாளனாகிய குகன், "தேனையும் மீனையும் அமுதினுக்கு அமைவதாகத் திருத்திக் கொணர்ந்துள்ளேன். உன் திருவுளக் கருத்தென்ன," என்று கேட்டு நிற்க, இராமன் சுற்றியிருந்த மாதவ முனிவர்களை நோக்கி முறுவலித்தான்.

இராமனின் பதில் அடுத்து வருகிறது . . . கண்ணீர் துளிர்க்கச் செய்யும் பாடல் . . .

'அரிய, தாம் உவப்ப, உள்ளத்து
  அன்பினால் அமைந்த காதல்
தெரிதரக் கொணர்ந்த என்றால்,
  அமிழ்தினும் சீர்த்த அன்றே?
பரிவினின் தழீஇய என்னின்
  பவித்திரம்; எம்மனோர்க்கும்
உரியன; இனிதின் நாமும்
  உண்டனெம் அன்றோ?' என்றான். (1967)

"அரியவை . . . மகிழ்ச்சி . . . உள்ளத்து அன்பினால் அமைந்த காதலால் கொண்டு வந்திருப்பதால் இவை அமிழ்தினும் இனிய அன்றோ? அன்பினால் கொணர்ந்த என்றால் எதுவும் தூய்மையே; எம்மனோர்க்கும் உரியதே. எனவே இதை நாமும் மகிழ்ந்து உண்டது போலவே ஆயிற்று" என்றான்.

கம்பனின் முதல்நூலான வால்மீகத்தில் குகன் மீனைக் கொண்டு வருவதில்லை. அவன் அப்பம், அன்னம், பாயசத்தோடே வருகிறான். துளசிதாசர் ராமாயணத்திலோ தூய பழங்கள், கிழங்குகளோடு வருகிறான். கம்பனில்தான் மீன் வருகிறது. கம்பன்

இங்கு ஒரு நாடகத்தைத் துணிந்து உருவாக்கி அதைத் திறம்பட, அழகுறக் கையாண்டிருக்கிறான். ஆம் . . . 'தமிழிலே தாலை நாட்டி நரர்க்கும் அமுது ஈந்தான்.'

இராமன், குகனுக்கு விடையளித்து மறுநாள் காலையில், கங்கையைக் கடக்க நாவாய் கொண்டுவரச்சொல்கிறான். ஆனால் குகன் அங்கிருந்து அகன்றுவிடாமல் விடியுமளவும் இலக்குவனோடு சேர்ந்து இராம சீதைக்குக் காவல் புரிகிறான்.

> தும்பியின் குழாத்தின் சுற்றும் சுற்றத்தன், தொடுத்த வில்லன்,
> வெம்பி வெந்து அழியாநின்ற நெஞ்சினன், விழித்த கண்ணன்
> தம்பி நின்றானை நோக்கி, தலைமகன் தன்மை நோக்கி,
> அம்பியின் தலைவன் கண்ணீர் அருவி சோர் குன்றின்
> நின்றான்.

(1975)

அம்பிகளின் தலைவனான குகன், வில்லைத் தயார்நிலையில் தொடுத்துவைத்தபடி, வெம்பி அழும் நெஞ்சினோடு, இரா முழுதும் துஞ்சாத கண்ணனாகிக் காவல்செய்தான். அரச போகங்களை விட்டுவிட்டு இப்படி நைந்து வருந்தும் இராமனையும், அவன் நித்திரைகொள்ள ஏதுவாய்த் தன் நித்திரையைத் துறந்து நிற்கும் இலக்குவனையும் மாறிமாறிக் கண்டு கண்ணீர் அருவி கொட்டும் மலை போல் நின்றான்.

[தும்பியின் குழாத்தின் சுற்றும் சுற்றத்தன் – யானைக் கூட்டத்தை ஒத்த சுற்றத்தை உடையவன், குகன்]

குகன் மூவரையும் நாவாய் செலுத்துகையில் இராமனும் சீதையும் நீர் இறைத்து விளையாடி வருகிறார்கள் . . .

> பால் உடை மொழியாளும், பகலவன் அனையானும்,
> சேலுடை நெடு நல்நீர் சிந்தினர், விளையாட (1987)

அதாவது இருவரும் ஒருவர்மீது ஒருவர் நீர் இறைத்துக் காதல் விளையாட்டு விளையாடி இருக்கிறார்கள். கூடவே இலக்குவன் என்கிற ஜீவன் ஒத்தையாளாய் இருப்பதை மறந்துவிட்டு! நானாக இருந்திருந்தால் நாவாயை லைட்டாக நீருக்குள் அமுத்தி இருவரின் ஆட்டத்தையும் அடக்கியிருப்பேன். ஆனால் இருந்தது இலக்குவன். அவன் மகிழவே செய்திருப்பான். ஒருமுறை இராமன் இலக்குவனை நோக்கிச் சொல்கிறான்...“இடர் உனக்கு இழைத்தேன் நெடுநாள்” என்று; இது பேரிடர் அல்லவோ அய்யனே?

குகன் மூவரையும் தம்முடனே தங்க வலியுறுத்துகிறான். பிறகு தானும் அவர்களோடு வருவதாக மன்றாடுகிறான். இராமன் அவனைத் தேற்றி 'நாம் சகோதரர் ஆகிவிட்டதால், உன் சுற்றம் என் சுற்றம் ஆகிவிட்டது. எனவே என் சுற்றத்தை விட்டு நீங்காமல்

அவர்களைக் காத்து நில்' என்று இனிதின் ஏவிவிட்டுப் பிரிகிறான். திரும்பி வருகையில் அவசியம் உன்னைச் சந்திப்பேன் என்று உறுதியும் தருகிறான்.

இதற்கிடையில் கேகய நாட்டிலிருந்து திரும்பிய பரதன் நடந்ததையெல்லாம் அறிந்து பதைபதைக்கிறான். 'எல்லாவற்றையும் அறிந்த பிறகும் உன் வாயைக் கிழிக்காமல் இருப்பதால், நானும் இந்த அரசாட்சியை ஆண்டவனாகவே ஆகிறேன் அன்றோ?' என்று தாயைச் சீறி, தன்னையும் நோகிறான். இராமனைத் திரும்ப அழைத்துவந்து முடிசூட்டுவேன் என்று சொல்லிவிட்டு, அவனைத் தேடிக் கிளம்புகிறான். இடையில் கங்கை குறுக்கிடுகிறது. அங்கு ஆயிரம் அம்பிக்கு நாயகனான குகனும் பரதனும் சந்தித்துக் கொள்கிறார்கள். பரதன் சேனைகளோடு இராமன்மீது போர் தொடுக்க வந்திருப்பதாக எண்ணி குகன் கொதித்தெழுகிறான். "எலி எலாம் இப்படை: அரவம் யான்" என்று கொக்கரிக்கிறான்.

இப்படியெல்லாம் சினம் மிகுத்து எழுபவன் பரதனைக் கண்ட மாத்திரத்தில் தன் எண்ணங்கள் பிழையென்பதை உணர்ந்து கொள்கிறான். மரவுரிக் கோலத்தில், நகை இழந்த முகத்தோடு, கல் கனியக் கனிகின்ற துயரோடு காணப்படுகிறான் பரதன்.

அடுத்த பாடல் இது . . .

நம்பியும் என் நாயகனை ஒக்கின்றான்;
அயல் நின்றான் தம்பியையும் ஒக்கின்றான்;
தவவேடம் தலைநின்றான்;
துன்பம் ஒரு முடிவு இல்லை;
திசை நோக்கித் தொழுகின்றான்;
எம்பெருமான் பின் பிறந்தார்
இழைப்பரோ பிழைப்பு என்றான். (2332)

பரதன் என் நாயகன் இராமனையே ஒக்கின்றான். அவன் அருகில் நிற்கும் சத்ருக்கனனும் இராமனின் உயிர்த்துணையான இலக்குவனை ஒக்கின்றான். தவ வேடம் தாங்கியிருக்கிறான். முடிவில்லாத் துயரோடு இராமனது திசை நோக்கித் தொழுதபடி நிற்கிறான். எம்பெருமான் பின்பிறந்தோர் எப்படி பிழை செய்வார்?

இராமனைக் காட்டில் கொண்டுவந்துவிட்டுச் சென்ற தசரதனின் அமைச்சரான சுமந்திரன்தான் குகன் யார் என்று பரதனிடம் விளக்குகிறார். கதைப்படி குகன் – இராமன் சந்திப்பு நிகழும் முன்பே சுமந்திரன் அயோத்தி திரும்பிவிடுகிறான். அவன் குகனைக் கண்டதில்லை. பிறகெப்படி "உங்கள் குலத் தனி நாதற்கு உயிர்த் துணைவன்" என்று சொல்ல முடியும்? இந்தச் சந்தேகத்தை எழுப்பிக்கொண்டு 'கம்பன் அறநிலைப் பதிப்பு' இப்படி பதில் சொல்கிறது . . .

“அமைச்சராவார் அனைத்தையும் உணர்தல் வேண்டும். ஆதலின் இராமனது பயணவழியில் கங்கையைக் கடக்கின்றவரை நிகழ்ந்த நிகழ்ச்சிகளையும் அவன் முன்னரே அறிந்திருத்தலில் வியப்பு இல்லை என அறிக.”

சூப்பர் ஹிட் படத்தின் இயக்குநருக்கு லாஜிக் ஓட்டை விடும் சலுகையுண்டு என்று நாம் இதை எளிமையாகப் புரிந்துகொள்ளலாம்.

பரதன், குகனின் திருவடிகளில் விழுகிறான். இருவரும் ஒருவரையொருவர் வணங்கித் தழுவிக்கொள்கிறார்கள். பரதன் தான் வந்த நோக்கத்தைச் சொல்கிறான். அதுகேட்டு நெக்குருகும் குகனின் கூற்றுகள் இவை . . .

தாய் உரை கொண்டு தாதை உதவிய தரணி தன்னை
தீவினை என்ன நீத்து, சிந்தனை முகத்தில் தேக்கி
போயினை என்ற போழ்து , புகழினோய்! தன்மை கண்டால்
ஆயிரம் இராமர் நின் கேழ் ஆவரோ, தெரியின் அம்மா!

(2337)

தாய் தன் வரத்தின் மூலம் தந்தையிடமிருந்து பெற்றுத்தந்த அரும்பெரும் அரசாட்சியைத் தீது என்று விடுத்து, குழப்பமும் வருத்தமும் கலந்த முகத்தோடு இராமனைக் காண இப்படி காடு வந்து நிற்கின்றாயெனில், ஆயிரம் இராமர்கள் சேர்ந்து வந்தாலும் அவர்கள் உன் ஒருவனுக்குச் சமமாவரோ, தெரியவில்லை.

என் புகழ்கின்றது, ஏழை எயினனேன் ? இரவி என்பான்
தன் புகழ்க் கற்றை, மற்றை ஒளிகளைத் தவிர்க்குமா போல்
மன்புகழ் பெருமை நுங்கள் மரபினோர் புகழ்கள் எல்லாம்
உன் புகழ் ஆக்கிக் கொண்டாய் உயர் குணத்து உரவுத்
தோளாய்!

(2338)

ஏழைவேடன் நான் எப்படி புகழ்வேன் ? இரவி தன் பொன்னொளிப் பிரகாசத்தால் மற்ற சின்னஞ்சிறு ஒளிகளை மறைத்துவிடுவதைப் போலே, உன் குலத்தில் தோன்றிய எல்லா அரசர்களது அத்தனை பெருமைகளையும், இப்படி நாடு விடுத்துக் காடு வந்த தன்மையால் உன் புகழுக்குள் ஒடுங்கச்செய்துவிட்டாய்.

மூவரும் காட்டில் எங்கு தங்கினர், எப்படி உறங்கினர் என்றெல்லாம் கேட்டுக் கேட்டுக் கண்ணீர் சிந்துகிறான் பரதன். அப்போது இலக்குவன் குறித்து குகன் உரைக்கும் பாடல் பிரபலமானது. அறிஞர்கள் அடிக்கடி எடுத்தாள்வது. இலக்குவனைப் பற்றிய பேச்சு, இந்தப் பாட்டின்றி முடியாது; முடிந்தால் அது நல்ல பேச்சாகாது.

‘அல்லை ஆண்டு அமைந்த மேனி
அழகனும் அவளும் துஞ்ச,
வில்லை ஊன்றிய கையோடும்,
வெய்து உயிர்ப்போடும், வீரன்,
கல்லை ஆண்டு உயர்ந்த தோளாய்!–
கண்கள் நீர் சொரிய, கங்குல்
எல்லை காண்பு அளவும் நின்றான்;
இமைப்பிலன் நயனம்’ என்றான். (2344)

கருத்த மேனியனான இராமனும் சீதையும் நிம்மதியாக நித்திரைகொள்ளும்பொருட்டு, வாயிலில் வில்லை ஊன்றிக் கொண்டு, தன் தலைவனின் துயரநிலைக்காகப் பெருமூச் செறிந்தவனாய், விடாது கண்ணீர் சொரிந்தபடி விடியுமளவும் துஞ்சாது காவல்காத்து நின்றான்.

[அல்லை – இருள், கருப்பு கல்லை ஆண்டு உயர்ந்த தோளாய்! – பரதனை விளித்தது]

குகன் பரதனையும் அவன் சேனைகளையும் கங்கையைக் கடக்க உதவுகிறான். பரதன் தன்னுடன் வந்த அன்னையர் மூவரையும் குகனுக்கு அறிமுகம்செய்துவைக்கிறான். பரதன் இராமனை அடைகிறான். திருவடிச் சூட்டுப் படலம் தொடங்குகிறது. இராமன் திரும்பவும் நாட்டிற்கு வர மறுக்கிறான். எனில் அவன் திருவடிகளே அரசாளும் என்று சொல்லி பரதன் இராமனின் பாதுகைகளைப் பெற்று நாடு திரும்புகிறான். இப்படலம் முழுக்க குகன் ஒரு பேச்சும் பேசுவதில்லை. ஆனால் பரதனோடு இருக்கிறான்.

“வடதிசை வரும் அந்நாள் நின்னுழை வருகின்றேன்” என்று சொல்லி குகனைப் பிரிந்துசென்ற நாயகன் இராவண வதம் முடித்துத் திரும்புகையில், சொன்ன சொல்லைச் சுமாராகக் காப்பாற்றுகிறான். அதாவது குகனின் இருப்பிடத்திற்கு அருகில் இருக்கும் பரத்துவாச முனிவரின் ஆசிரமத்திற்கு வருகிறான். குகன் அங்கு போய் இராமனைச் சந்திக்கிறான். அங்கு ஒரு பிரமாதமான பாடல் உண்டு. இராமன் குகனைக் கண்டு நலம் விசாரிக்கிறான். மக்களும் மனையும் நலம்தானே என்று கேட்கிறான். அதற்கு குகனது விடை . . .

‘அருள் உனது உளது, நாயேற்கு; அவர் எலாம் அரிய ஆய
பொருள் அலர்; நின்னை நீங்காப் புணர்ப்பினால் தொடர்ந்து போந்து
தெருள்தரும் இளைய வீரன் செய்வன செய்கலாதேன்;
மருள் தரு மனத்தினேனுக்கு இனிது அன்றோ, வாழ்வு மன்னோ ?
(10248)

நலமா என்கிற கேள்விக்கு ‘உனது அருளால் நலம்’ என்று சம்பிரதாயமாகச் சொல்லிவிடுகிறான் முதலில். பிறகு

உண்மையைச் சொல்கிறான். உன்னைவிட மக்களோ மனையோ அவ்வளவு அரியவை அல்ல. எப்போதும் உன்னைவிட்டு நீங்காது, உன்னோடே தங்கி, உனக்குப் பணிவிடைகள் செய்ய வாய்க்காத இவ்வாழ்வு எப்படி இனிக்கும் என்று கேட்கிறான். அப்படி கூடவே இருக்கும் பேறு இலக்குவனைப்போல தனக்கு வாய்க்கவில்லையே என்று வருந்துகிறான்.

'நீ இப்படி சொல்லலாகாது. போய் இனிது இரு . . .' என்று சொல்லிவிட்டு இராமன் அயோத்தி புறப்பட்டுவிடுகிறான். இராம பட்டாபிஷேகத்தின் திருக்கோலக் காட்சியைக் கண்டு இன்புறும் பொருட்டு வீடணன், சுக்ரீவன், அனுமன் போன்றோர் இராமனோடே அயோத்தி செல்கிறார்கள். குகன் அவர்களோடு செல்வது போல் தெரியவில்லை. ஆனால் முடிசூட்டு விழாவில் குகனும் இருக்கவே செய்கிறான். முடிசூட்டு வைபவம் முடிந்ததும், ஒவ்வொருவருக்கும் தனித்தனியே உரிய பரிசளித்து விடைதருகிறான். அனுமனுக்கு விடையளிக்கும் தருணம் நிஜமாகவே காவியத் தருணம்தான்.

குகன் முறை வருகிறது . . .

> சிருங்கபேரம் அது என்று ஓதும் செழு நகருக்கு இறையை நோக்கி,
>
> 'மருங்கு இனி உரைப்பது என்னோ, மறு அறு துணைவற்கு' என்னா,
> கருங்கைம் மாக்களிறும் மாவும் கனகமும் தூசும் பூணும்
> ஒருங்குற உதவி, பின்னர் உதவினன் விடையும் மன்னோ.
>
> (10362)

சிருங்கபேரம் எனும் நகருக்குத் தலைவனான குகனை நோக்கி, "மாசற்ற துணைவனே! இனி உனக்கு நான் என்ன உரைப்பது?" என பேச்சற்றுக் கலங்கி, களிரும் மாவும் தந்து, ஆடையும் ஆபரணங்களும் உதவி, கூடவே விடையும் தந்து உதவினான்.

"உதவினன் விடையும் மன்னோ . . ." என்கிற சொற்றொடர் பொருள் பொதிந்தது என்றே எனக்குத் தோன்றுகிறது. ஆம் . . . இங்கு நாய்க் குகனுக்கு அவசியம் உதவி தேவை. ஏனெனில் இராமன்பால் அவன் செலுத்திய அன்பு கட்டற்றது. காரண, காரியங்களுக்குள் அடங்காதது. அறிவு, ஆராய்ச்சிகளுக்கு அப்பால் நிற்பது. 'உன்னை நோக்கின் மனையும் மக்களும் ஒரு பொருட்டல்ல' என்று சொன்னவன் அல்லவா அவன்? இக்கொடும் பிரிவிலிருந்து அவனை ஆற்றுவிக்க நிச்சயம் ஓர் உதவி தேவை. அதை இராமனே செய்தான் என்று சொல்வது நயமிக்கது. அவனைத் தவிர வேறு யாராலும் செய்யவும் முடியாதல்லவா?

சாதாரணச் சொற்களின் மீது கூடுதலான அர்த்தங்களை வலிந்து ஏற்றுகிறேனா? எனவே உங்களுக்குப் பிடிக்கவில்லையா? அதனால் என்ன, குகப்பெருமானுக்கு நிச்சயம் பிடிக்கும்.

இராமன்பால் இலக்குவனும் பரதனும் செலுத்திய அன்பில் இரத்தபந்தமும் சேர்ந்திருக்கிறது. வீடணனும் சுக்ரீவனும் காட்டிய அன்பில் நன்றிக்கடனும் கலந்திருக்கிறது. ஆனால் குகனின் அன்பில் அன்பன்றி வேறொன்றுமில்லை; அப்படித்தான் அமைக்கப்பட்டிருக்கிறது அப்பாத்திரம்.

"கங்கையைச் சேர்ந்த கழுநீரும் கங்கை ஆகிறது. இராமன் பெயரைச் சொல்லும் சண்டாளன், புலையன், சாதியிலிருந்து வெளியேற்றப்பட்டவன், வெளிநாட்டான், காட்டுமிராண்டி, வேடன் அனைவரும் புனிதம் பெறுகின்றனர். அவ்வாறே குகனும் உயர்ந்தான்" என்கிறார் துளசிதாசர். கம்ப இராமாயணத்தில் நிலைமை வேறு. கம்பனில் நாய்க்குகன் என்றும், நாயடியேன் என்றும் குகன் தன்னைத் தாழ்த்திக்கொள்ளும்போதும், அது அவனது இழிகுலப் பிறப்பு குறித்த கழிவிரக்கமாக வெளிப்படுவதில்லை. கம்பனின் கூற்றாகவும் அப்படியெங்கும் காணக் கிடைப்பதில்லை. மாறாக அதில் ஒரு பக்தன் கடவுளிடம் காட்டும் சரணாகதி தன்மையே வெளிப்படக் காண்கிறோம். மேலும் பரதனை எதிர்த்துக் கிளம்பும் ஒரு தருணத்தில் "மன்னவர் நெஞ்சினில் வேடர்விடும் சரம் வாயாவோ?" என்றுகூடக் கேட்கிறான் குகன். அதாவது பரதன் மன்னர்குலம் ... குகன் வேடர் குலம் ... அதனாலென்ன? மன்னரின் நெஞ்சிலே வேடனின் அம்பு நுழையாமலா போய்விடும் என்று கலகக்குரல் எழுப்புகிறான்.

வால்மீகத்தில் குகன் தோழன் மட்டுமே, தம்பியில்லை. 'ஐவர்' என ஆவதில்லை. கம்பனிலோ இராமன் தம்பியாக ஏற்றுக்கொள்வது மட்டுமின்றி, பரதனும் 'என் முன்' என்று ஏற்றுக்கொள்கிறான். கோசலையும், "நீவிர் ஐவீரும் ஒருவீர் ஆய், அகல் இடத்தை நெடுங்காலம் அளித்தீர்" என்று ஏற்கிறாள். அதாவது, "இந்த அகன்ற பூமியை நீங்கள் ஐவருமாகச் சேர்ந்து ஆளுங்கள்" என்று குகனை ஆசீர்வதிக்கிறாள்.

குகன் பிரிவுத்துயர் தாளாது அரற்ற அதுகேட்டு இராமன் கூறியது ...

> துன்புளது எனின் அன்றோ சுகமுளது? அது அன்றிப்
> பின்புளது இடைமன்னும் பிரிவுளது என உன்னேல்;
> முன்பு உளெம், ஒரு நால்வேம், முடிவுளது என உன்னா
> அன்புள, இனி நாம் ஓர் ஐவர்கள் உளர் ஆனோம்

துன்பமெனும் ஒன்று இருந்தால் அன்றோ சுகம் எனும் ஒன்றிருக்கும். அந்தச் சுகம் நிச்சயம் நமக்குண்டு. எனவே இடையே நேரும்

இப்பிரிவை எண்ணி வருந்தாதே. முன்பு நாங்கள் நால்வர் என்றிருந்தோம். அன்பு அத்தோடு நிற்கவிடவில்லை. இன்று உன்னையும் ஒருவனாக்கி ஐவர் என ஆனோம்.

மேற்கொண்டு காடு செல்லாமல் தன் இடத்திலேயே தங்கிவிடச் சொல்லி குகன், இராமனை வலியுறுத்தியது . . . தன் நாட்டுவளம் உரைத்தது . . .

தேன் உள; தினை உண்டால்; தேவரும் நுகர்தற்காம்
ஊன் உள: துணை நாயேம் உயிர் உள; விளையாடக்
கான் உள; புனல் ஆடக் கங்கையும் உளது அன்றோ
நான் உளதனையும் நீ இனிதிரு; நட எம்பால்.

தேன் உள. தினை உள. தேவரும் விரும்பத்தக்க உணவுள. துணை நாயேம் உயிர் உள. விளையாடக் கான் உள. புனலாடக் கங்கையும் உளது. நான் உள்ளமட்டும் நீ மகிழ்ந்திரு. நட என்னோடு!

பரதன், இராமனை எதிர்த்துப் போர்புரிய வந்திருக்கிறான் என்றெண்ணிய குகன் தன் சேனைகளுக்கிடையே ஆற்றிய உரை . . .

ஆழ நெடுந்திரை ஆறு கடந்திவர் போவாரோ
வேழ நெடும்படை கண்டு விலங்கிடும் வில்லாளோ
தோழமை என்றவர் சொல்லிய சொல் ஒரு சொல்லன்றோ
ஏழமை வேடன் இறந்திலன் என்றெனை ஏசாரோ (2317)

ஆழமும் அலைகளும்கொண்ட இந்தக் கங்கையைத் தாண்டி அவர்கள் போய்விடுவார்களா என்ன? பெரும்வேழப்படை கண்டு அஞ்சி விலகினால் நான் வில்லாளனா என்ன? தோழமை என்றவர் சொல்லிய சொல்லை அர்த்தமற்ற வெற்றுச் சொல்லாக்கி விடுவேனோ? அப்படி பரதனை இக்கங்கையைக் கடக்கவிட்டால், இதற்கு இந்த வேடன் இறந்திருக்கலாமே என்றெனை உலகம் ஏசாதோ?

குகனது உருவ வர்ணனையாக ஒரு பாடல் . . .

பெண்ணை வன் செறும்பின் பிறங்கிச் செறி
வண்ண வன் மயிர் வார்ந்து உயர் முன் கையன்,
கண் அகன் தட மார்பு எனும் கல்லினன்,
எண்ணெய் உண்ட இருள் புரை மேனியான். (1958)

பனைமரத்தின் வலிய சிறாம்பு போன்று அடர்ந்து கறுத்த மயிர்களைக் கொண்ட கையினன். விசாலமான மார்பு என்கிற கல்லைக் கொண்டவன். எண்ணெய்ப் பூச்சின் பளபளப்பான இருள்நிறத்து மேனியன்.

'கல் போன்ற மார்பு' என்கிற அரதப் பழசை 'மார்பு போன்ற கல்' என்று சற்றே மாற்றிவைக்கையில் கொஞ்சம் புதிதாகி விடுவதைக் காண்கிறோம்.

“அதாவது மார்பு என்ற பெயருடன் மார்பு இருக்க வேண்டிய இடத்தில் கல் இருந்தது என்று கூறுமுகத்தான் கம்பன் நம்முடைய மனத்தில் ஒரு தனிமதிப்பை உண்டாக்கிவிட்டான்” என்று இவ்வரிகளைக் குறித்து எழுதுகிறார் அ.ச.

குகனும் பரதனும் ஒருவரையொருவர் வணங்கித் தழுவிக் கொள்ளும் பாடல் . . .

> வந்தெதிரே தொழுதானை வணங்கினான், மலர் இருந்த
> அந்தணனும் தலை வணங்கும் அவனும், அவனடி வீழ்ந்தான்
> தந்தையினும் களிகூரத் தழுவினான் – தகவுடையோர்
> சிந்தையினும் சென்னியினும் வீற்றிருக்கும் சீர்த்தியான்.

தன்னைத் தொழுது நிற்கும் பரதனை குகனும் தொழுதான். திருமாலின் உந்தித் தாமரையில் வீற்றிருக்கும் பிரம்மதேவனும் போற்றி வணங்கும் சிறப்பையுடைய பரதன், குகனின் அடிகளில் விழுந்தான். விழுந்த அவனை எடுத்துத் தந்தையினும் களிகூரத் தழுவுகிறான் குகன். அப்படி தழுவும் குகன் யார்? சான்றோர் சிந்தையிலும் சென்னியிலும் வீற்றிருக்கும் கீர்த்தியோன்.

‘சிந்தையிலும் சென்னியிலும்’ என்கிற வரி நயமானது. என்னய்யா பெரிய நயம்? ‘உள்ளும் புறமும்’ . . . அவ்வளவுதானே என்று கேட்பீர்களெனில், உங்களுக்கு என் வந்தனங்கள்!

கம்பனின் கவித்திறங்களையும், அவன் சொற்களின் தாள லயங்களையும், எப்படியேனும் சென்று தொட்டுவிட வேண்டும் என்பதற்காக என் உரைகள் கடும் உடற்பயிற்சிகளில் ஈடுபட வேண்டியிருந்தது. கம்பநேசனாகப் பெருமிதத்தையும் எழுத்தாளனாகச் சோர்வையும் அளித்த அனுபவம் அது. அப்போது எடுத்த புகைப்படங்களை ஓர் எழுத்தாளனாக, எப்போதும் நான் காண விரும்ப மாட்டேன்.

குகன் சரிதம் தொடர்கிறது; இசையனார் வியாக்யானம் முற்றிற்று.

உதவிய நூல்கள்

1. கம்ப ராமாயணம் – முதன்மைப் பதிப்பாசிரியர்; அ.ச. ஞானசம்பந்தன் – கம்பன் அறநிலை, கோவை
2. தம்பியர் இருவர் – அ.ச. ஞானசம்பந்தன் – சந்தியா பதிப்பகம்
3. காப்பிய இமயம் – என்.வி. நாயுடு – சாந்தி டிரஸ்ட், கோவை

•

அழும் அறைகளைச் சமைப்பவர்

இந்தக் கதையில் முத்துலிங்கம் கதைகளின் பிரதான அம்சமான பகடி மொழி ஒரு எழுத்தாகிலும் எழுத்தின் உறுப்பாகிலும் இல்லை. கத்தரித்து வைக்கப்பட்ட, செய்யுள் போன்றதான சின்னச் சின்ன வரிகளால் யாக்கப்பட்ட கதையிது. மானுட வாழ்வின் அரிய பக்கம் என்கிற பாராட்டிற்கு ஏங்காத எளிய கதை. கொடும்வறுமையால் பீடிக்கப்பட்டிருக்கும் ஒரு குடும்பம்... அந்தத் தாய் தன்மகனைப் புதிய பள்ளியொன்றில் சேர்க்க முயன்று தோற்றுத் திரும்புவது கதை. கதை என்று எதையாவது சொல்ல வேண்டும் என்கிற கட்டாயத்திற்காக நான் விடும் கதையிது.

இந்த ஆகச் சுமாரான கதைக்குள் அந்த மனிதர் செய்திருக்கிற ஜாலங்கள்தான் நண்பனின் அலுவலகப் படிக்கட்டில் அமர்ந்து கதையை முழுக்கப் படிக்க வைத்தது.

பேருந்தில், வீதியில், லாரிகளுக்கிடையில் கதையுடனேயே பயணித்தேன். எவ்வளவுதான் தடுக்கித்தடுக்கி நடந்துபோனாலும் அதற்குள் அந்த அலுவலகம் வந்துவிட்டது. வேறுவழியின்றி அப்படியே படிக்கட்டில் அமர்ந்துவிட்டேன். சில அற்பமானுடர்கள் என் கால்களைத் தாண்டி ஏறிக் கொண்டும் இறங்கிக்கொண்டுமிருந்தார்கள்.

கதை முழுவதும் முன்னிலையில் பேசுகிறது. இந்த முன்னிலை தொனி எப்போதும் ஒரு ஆறுதல்

செய்தியைக் கடத்தவல்லது. "பயப்படாதே சிறுமந்தையே! நான் உன்னோடே இருக்கிறேன்" என்பதுபோல. இத்தொனி கதையின் உருக்கத்திற்குப் பெரிதும் உதவியிருக்கிறது. கதைசொல்லி அந்தச் சின்னஞ்சிறுவனோடே ஒட்டிநின்றுகொண்டிருப்பதான உணர்வை இத்தொனி வழங்கிவிடுகிறது.

"உன்னைக் கண்டதும் கடைக்காரன் மேல் உதட்டை மடித்து நாய்போல பற்களைக் காட்டினான். உறுமுவதுபோல என்ன வேண்டுமென்று கேட்டான். 'ஐந்து சதத்துக்கு உப்பு' என்று நீ சொன்னாய். உன் கையில் காசு இல்லை என்பது அவனுக்குத் தெரியும். 'உன் அம்மாவிடம் 12 ரூபாய் 30 சதம் அவ தர வேண்டும் என்று சொல்' என்றான். நீ மேலும் கொஞ்ச நேரம் நின்றாய். அவன் உன்னை 'ஓடு ஓடு' என்று விரட்டினான்" இப்படி தொடங்குகிறது கதை.

தேய்வழக்குகளைக் கூட புதிதாக்கிவிடும் வித்தையில் தேர்ந்தவர் முத்துலிங்கம். "வாயெல்லாம் பல்லாகச் சிரித்தான்" என்கிற அரதப் பழசைச் "சிரித்தான் . . . அவன் சிரிப்பில் பற்கள் அதிகமாக இருந்தன" என்று புதிதாக்கிக் காட்டுகிறார்.

ஒரு வீட்டில் சமையலறை இருக்கும்; படுக்கையறை இருக்கும். பூஜையறை இருக்கும். ஆனால் அழும் அறை இருக்குமா?

"அழும் அறைக்குள் போன அம்மா இன்னும் வெளியே வரவில்லை. வெளியே மெல்லிய சத்தம் உனக்குக் கேட்டது" என்கிறது ஒருவரி. நான் மட்டும் இப்படியொரு வாக்கியத்தை உருவாக்கியிருந்தால் நிலத்தைக் கீறி, ஆகாயத்தைக் குடைந்து அண்டசராசரங்களின் மேலேறி ஓவென்று கத்தியிருப்பேன். மனிதர் போகிறபோக்கில் வெகுசாதாரணமாக அச்சொற்களைப் பெய்து போகிறார். ஆனால் இதெல்லாம் ஒரு திட்டம்தான். இப்படியொருவன் அரற்றியழிவான் என்பது உறுதியாக அவருக்குத் தெரியும். அந்தத் திடமான நம்பிக்கையில் செய்யும் பாசாங்கு வேலை இது.

"நீ திரும்பியபோது உன் அம்மா உடுத்துத் தயாராக இருந்தார். கல்யாண வீடுகளுக்குப் போகும்போது அணியும் சிவப்பு மஞ்சள் சேலை. கீழே கரை கொஞ்சம் தேய்ந்துபோய்க் கிடந்தது . . . கல்வீட்டுக்காரர் மகள் கல்யாணத்துக்கு ஒருமுறை இப்படி உடுத்திப்போயிருக்கிறார். ஆனால் கைப்பை அப்போது இல்லை. உன்னுடைய பள்ளிக்கூட விழாவுக்கும் இதையே அணிந்தார். நீ மேடையில் பரிசு வாங்கக்கூடும் என்று நினைத்து ஆடையணிந்து வந்திருந்தார் . . ."

"அம்மா பஸ்ஸில் உன்னுடன் ஒன்றுமே பேசாமல் பயணம் செய்தார். பிளாஸ்டிக் பை கீழே சரிந்துகிடந்தது. ஓட்டுநர் டிக்கட்

காசுக்காக வந்தார். அம்மா இருக்கிறதைப் பொறுக்கிக் கொடுத்தார். அவர் குறைகிறது என்றார். அம்மா கீழே பார்த்தபடியே இருந்தார். உனக்கு அவமானமாகப் போனது. சிறிதுநேரத்தில் அவர் போய்விட்டார் . . ."

மேற்சொன்ன இரண்டு சிறுபத்திகளை இரு தனிச்சிறுகதை களாக விரித்து எழுதும் சூது அவருக்குத் தெரியும். என்மீது இரக்கம் கொண்டுதான் எழுதாமல் விட்டுவிட்டார் என்று எண்ணிக்கொள்கிறேன்.

காலையில் கடன்தர மறுத்தவன் மாலையில் அள்ளித் தருகிறான். காலைக்கும் மாலைக்கும் அப்படியென்ன வித்தியாசம்? அவன் மாலையிலும் மேல் உதட்டை மடித்துப் பல்லைக் காட்டி, நாய் உறுமுவதுபோல உறுமவே விரும்பினான். ஆனால் ஒரு மனிதனால் எப்போதும் நாயாகவே இருந்துவிட முடிவதில்லை. உப்பு என்பது கூட ஒரு திட்டமோ என்கிற சந்தேகம் இப்போது எழுகிறது. வேறு ஒரு பொட்டலத்தால் இவ்வளவு உணர்வுப் பெருக்கைக் கிளர்த்த இயலாதல்லவா? அதைக் கைநிறைய அள்ளி அளிக்க இயலாதல்லவா?

"அவர் ஒரு நல்ல ரைட்டர் . . . அதுல சந்தேகமில்ல . . . ஆனா நீ சனிக்கிழமை இராத்திரிகளில் நெஞ்சு நெஞ்சாகக் குத்திக் கொள்வதுபோல அவ்வளவு பெரிய மாஸ்டரில்லை . . . அவர் எழுத்துக்கு ஒரு லிமிட் உண்டு" என்றான் ஒரு நண்பன்.

வாணி அவரை அமரச் செய்து தலைமேல் பெய்வதில்லை என்றே நானும் நம்புகிறேன். அவருக்குப் போக்குக்காட்டிவிட்டு அவளொரு தங்க நாணயத்தை எவ்வளவு முடியுமோ அவ்வளவு தூரத்தில்தான் வீசுகிறாள் . . . ஆனால் அந்த மனிதர் எத்தனை ஆவலோடு, எத்தனை லாவகமாக அந்தரத்தில் பறந்துசென்று அதைப் பற்றுகிறார்? இப்படிச் சொல்லலாம் . . . கைக்கு வருகிற கேட்சைப் பிடிப்பதில் என்ன சுவாரஸ்யம் இருக்கிறது? தன் சாத்தியத்திற்கு அப்பால் விழும் பந்தை மனம் தளராது, கணம் பிசகாது டைவ் அடித்துப் பிடிப்பதன்றோ, பனியனைக் கழற்றிச் சுழற்றும் களியாட்டிற்கு ஏதுவானது? அதுவன்றோ நடனத்தைத் தொடங்கிவைப்பது?

சனிக்கிழமை இராத்திரிகளில் நெஞ்சு நெஞ்சாகக் குத்திக் கொள்வதை நான் நிறுத்துவதாக இல்லை.

அ. முத்துலிங்கத்தின் 'ஒரு மணி நேரம் முன்பு'
சிறுகதைக் குறித்து எழுதியது

பிரபல எழுத்தாளர் எனும் விசித்திர உயிரினம்

ஒருமுறை சக எழுத்தாளரொருவர் பிரபலம் என்கிற செருக்கில் நான் தருக்கித் திரிவதாக வசை பாடியிருந்தார். நான் ரொம்பவும் பதறிவிட்டேன். வருத்தம் சூழ்ந்துகொண்டது. கொஞ்சூண்டு ஆனந்தமும். ஆனந்தம் ஏனெனில் நான் ஒரு பிரபலம் என்பதே அவர் சொல்லித்தான் எனக்குத் தெரிந்தது. இன்னும் இது ராஜேந்திரண்ணனுக்குத் தெரியாது. அவர் பக்கத்து வீடு. முப்பதுவருடப் பழக்கம். ஞாயிற்றுக்கிழமைகளில் கோழிக் குழம்புகளைக் கைமாற்றிக்கொள்ளும் நெருக்கம்.

தமிழில் பிரபல எழுத்தாளர் என்றால் உண்மையில் அவர் ஓர் அரிய உயிரினம். ஆனால் எளிதில் காணக்கிடைப்பது. டீக்கடை பெஞ்சில், ரேஷன் கடையில், இலவச மிக்சி க்யூவில், டாஸ்மாக் டேபிளின் மூனேமுக்கால் ஸ்டூலில், மழைத் தாரைக்கு ஒருக்களித்து நின்றபடி அரசுப் பேருந்தில், "அவசியம் விடுப்பு வேண்டும் அய்யா ... தவிர்க்க இயலாத நிகழ்வு ..." என்று குழைந்து குனிந்த கோலத்தில் அதிகாரிகளின் முன் ... இப்படி எங்கும் காணலாம்.

ஒரு பிரபல எழுத்தாளர் ... நான் அறிந்த வரையில் அவர் இரத்தம்கூடக் கருப்புதான். திருமணத்திற்குப் பின் வாரந்தவறாது வெள்ளிக் கிழமைகளில் மாகாளியம்மன் கோவிலில் தோன்றத் தொடங்கினார். ஆரம்பத்தில் "மனைவிக்கு டிரைவராக வந்தேன் ..." என்று சொன்னார். பிறகு

"மனைவி ஒரு தனியுயிர்... அதன் கனவுகளை, நம்பிக்கைகளை நாம் மதிக்க வேண்டுமல்லவா?" என்று சொல்லிமுடித்துவிட்டார். அவருக்குச் சோறுகூட வேண்டாம். பக்கத்திலேயே ஜோதி மெஸ் இருக்கிறது. ஆனால் கொஞ்சம் அமைதி வேண்டும். அந்த அமைதியின் மீது அமர்ந்துதானே அவர் அமரகாவியங்கள் புனைய வேண்டும்? ரொம்பவும் பாவப்பட்ட ஜீவன்... 'குடும்பத்தை உடைப்பதின் குதூகலம்' என்கிற அவரின் பழைய காத்திரமான கட்டுரையொன்றை இப்போது நாம் நினைவுகூர்ந்துவிடக்கூடாது. தன்னால் ஒரு கண்ணாடி டம்ளரைக்கூட உடைக்க முடியாது என்கிற உண்மை அவருக்கு மணமுடித்த மறுநாளே புரிந்துவிட்டது.

எனக்கு எழுத என்று இதுவரை ஒரு தனியறை இல்லை; அவ்வளவு செழிப்பில்லை; அவ்வளவு வறுமையுமில்லைதான். கொஞ்சம் முயன்று ஒரு தனியறை சமைத்தாலும் அந்த அறையின் கதவுகளுக்கு யார் பொறுப்பு? லௌகீகம் குத்திக்குத்தி அதை உடைத்துவிடாதா என்ன?

கவிதை புனைய எனக்கு எந்த வசதியும் தேவையில்லை. மனத்துக்குள்ளேயே எழுதி, மனத்துக்குள்ளேயே எடிட்செய்து பஸ்ஸில் போகையில் செல்போனில் டைப் செய்துகொள்ளலாம். ஆனால் கட்டுரை எழுத ஒரு சேரும் டேபிளும் வேண்டும். எனக்கு அப்படியொரு டேபிளைத் தந்தது ஒரு பேக்கரி. பெயர் 'சஷ்டி பேக்கரி'. எனவே அதைத் தமிழ்க்கடவுள் முருகன் அருளியதாகவே எண்ணி மகிழ்கிறேன். நான் காலைநடை செல்லும் பக்கத்து ஊரில் உள்ளது அது. பத்துரூபாய்க்கு ஒரு டீ சொல்லிவிட்டு ஒரு மணிநேரம்கூட அங்கு அமர்ந்து வாசிக்கலாம்... எழுதலாம். ஆனால் கடைசி டேபிளில்... வியாபாரத்திற்கு இடையூறின்றி. 'பழைய யானைக் கடை' என்கிற என் கனவின் பிரமாதமான காட்சிகள் பலதையும் அந்த டேபிளில் இருந்துதான் கண்டேன். பேக்கரிக்காரருக்கு எழுத்து என்கிற விசயத்தின் மேல் கொஞ்சம் பயம் கலந்த மரியாதை. நம்ப சிரமம்தான் என்றாலும் இப்போதும் சிலர் அப்படி இருக்கத்தான் செய்கிறார்கள். விஜய் டி.வியின் 'நீயா நானா'வில் விருந்தினராகக் கலந்துகொண்டு திரும்பிய பிறகு மரியாதை இன்னும் கூடிவிட்டது. இப்போது நானொரு பிரபலம். இனி அந்த ஒரு டீயைக்கூடக் குடிக்காமல் என்னால் மணிக்கணக்காக டேபிளைத் தேய்க்க முடியும். ஆனால் பிரபலத்திற்கும் மனசாட்சி என்று ஒன்று உண்டல்லவா?

இன்று எழுத்தாளருக்கும் பிரபல எழுத்தாளருக்குமான வித்தியாசத்தைக் கண்டறிவது சற்றுச் சிரமமான விஷயமென்றே படுகிறது. முகநூலின் வருகைக்குப் பிறகு ஓர் எழுத்தாளன் தோன்றும்போதே புகழொடு தோன்றுகிறான். "எனக்கென்று ஒரு உலகம்... என் நாடு... என் மக்கள்..." என்று ஏற்படுத்திக்கொண்டு

அங்கு அவன் ஆனந்தமாக வாழ்ந்துவருகிறான். அவன் கழுத்து மாலையில் எண்ணற்ற லைக்குகள், கொஞ்சும் இதயக்குறிகள், உச்சி முகரும் 'வாவ்'கள்.

முன்னொரு காலத்தில் முன்னுரை எழுதுவது, பிரபலம் என்பதற்கான அடையாளமாகப் பார்க்கப்பட்டது. அப்படி பார்த்தால் 'முன்னுரை முனுசாமி' என்று நாமகரணம் பெறும்படி முன்னுரைகளாகத் தீட்டியெடுத்தவர் கவிஞர் மோகனரங்கன். ஆள் ஆறடிக்கும் அதிகம். ஆனால் இலக்கியக் கூட்டங்களில் இருக்கிற இடம் தெரியாது. 'நீங்கதான மோகனரங்கன் ...?' என்று பரவசக் கூச்சலிட்டபடியே ஒரு ரசிகையேனும் அவரை முட்ட வந்து இதுவரை நான் கண்டதில்லை. பொறுத்துப்பொறுத்துப் பார்த்துவிட்டு அவர் முன்னுரை எழுதுவதையே நிறுத்திவிட்டார். நானும் சில முன்னுரைகளை எழுதியிருப்பதாக நினைவு. ஒரு முன்னுரை நான் எழுதிய லட்சணத்தால் பின்னுரையாகப் பிரசுரம் கண்டது. அதைப் பின்னுரையாகச் சேர்த்துக்கொண்டதுகூடக் கவிஞரின் நெஞ்சுறுதியையே பறை சாற்றியது.

முன்னுரை எழுதுவது போன்றே முன்னுரை எழுத மறுப்பதும் பிரபலம் என்பதன் அடையாளம் என்று நினைக்கிறேன். நான் அப்படி கொஞ்சம் மறுத்திருக்கிறேன். அதற்கு அந்தக் கவிஞரின் மீதான அன்பைத் தவிர பிறிதொரு காரணமில்லை.

பிரபல எழுத்தாளர் என்பவரின் தலைக்குப் பிடிக்கிற சனி எதுவெனில் உண்மையில் அவரது காதல்கள்தான். இரண்டு மாதங்களுக்கு முன்புவரை பத்தடித் தூரத்தில் விலகி நின்று, அவரையே உருகி உருகிப் பார்த்துக்கொண்டிருந்த பேதைப் பெண்ணைக் கன்னாபின்னாவென்று காதலித்து நாயகியாக்கி விடுவார். இப்போது தன் போனையே வெறித்துப் பார்த்தபடிச் சாமத்தும் துஞ்சாது துயருருகப் படுத்திருக்கும் அவருக்குத் தெரியாது, அவர் எண் *Block list*–ல் இருப்பது. சேர்ந்தே இருப்பது வறுமையும் புலமையும். காதல் வறுமை அதில் தலையாயது.

இப்போது எழுத்தாளர்கள் சிலர் டி.வி பிரபலமாக இருக்கிறார்கள். "உங்கள டி.வில பார்த்திருக்கேன் சார்..." என்று சொல்லி ஒருவர் ஆட்டோகிராப் கேட்கையில், "நான் யார்?" என்கிற தத்துவார்த்தமான கேள்வி அவர் முன் ஒரு டைனோசர் என வளர்ந்து வாலாட்டி நிற்கும்.

ஜெயமோகனின் சமீபத்திய புளித்தமாவு சர்ச்சையில் 'பிரபல எழுத்தாளருக்கு அடி உதை' என்று மகிழ்ந்து குலாவும் ஊடகத்தில் யாரேனும் அவரது ஒருவரியையாவது வாசித்திருப்பார்களா என்பது சந்தேகம்தான். ஊடகங்களுக்குச் செய்திகளை உருவாக்க வேண்டும். அதற்கு இந்தப் 'பிரபல' அவசியம்.

ராஜ்ஜியங்களில் ஆகக் குட்டியானது எழுத்தாளனின் ராஜ்ஜியம். உலக உருண்டையை ஒருமுறைக்குப் பலமுறை உருட்டி உருட்டித் தேடினால் கண்டுபிடித்துவிடலாம். எவ்வளவு குட்டியென்றாலும் அங்கு கொலுவிருக்கவே அவன் உயிர் விரும்புகிறது. எழுத்தாளன் என்ன வானத்திலிருந்து குதித்தவனா என்று அடிக்கடி கேட்கப்படுவதுண்டு; இல்லைதான். ஆனால் நீங்களும் கொஞ்சம் ஒத்துழைத்தால் அவனால் உறுதியாக உங்களை வானத்தில் ஏற்றிவிட முடியும்.

தமிழ்நாட்டில் ஓர் எழுத்தாளன் 'பிரபல' என்கிற முன்னொட்டுக்கு ஆசைப்படுவதைக் காட்டிலும், தானொரு கலைஞன் என்னும் கர்வத்தை நெஞ்சத்துள் ஊன்றிக்கொள்வதே உத்தமம். அதுவே சாஸ்வதமானது. அதுவே அவனுக்கும் அவன் எழுத்துக்கும் வலுசேர்க்கக் கூடியது.

இங்கு 'பிரபல நடிகர்' என்பதற்கும் 'பிரபல எழுத்தாளர்' என்பதற்குமான இடைவெளியை எண்ணிப்பார்த்தால்... அதையெல்லாம் எண்ணியே பார்க்கக் கூடாது.

•

மிஷ்கின்: இடுப்பை ஒழித்தல்

ஒருவனுக்கு ஒரு பால்யம்தான் என்றில்லை. வயதின் கணக்கில் சிறார்ப் பருவம், பால்யம் என்பது பொது மரபு. ஆனால் அறிவுத் தேடலில், ஆன்ம வளர்ச்சியில் ஒருவனுக்குப் பல பால்யங்கள் இருக்கக்கூடும். அப்படியான ஒரு பால்யத்தில்தான் அந்தப் பாடலை முதன்முதலாகக் கேட்டேன்.

கல்லூரி முடித்துவிட்டு ஒரு மருந்துக்கடையில் பணியாற்றிக்கொண்டிருந்த காலம். தூக்கம் கலைந்தும் கலையாதும் இருந்த காலைவேளையில் தீராத சோம்பலோடு எழுந்துவந்து டி.வியின் முன் நின்றேன். *Sun Music* ஓடிக்கொண்டிருந்தது. திடீரெனப் பெருகிவந்த மஞ்சள் ஒளி கண்களை நன்றாகத் திறந்துவைத்துத் தூக்கத்தைத் தூர விரட்டியது. அதில் கருத்த மனிதன் ஒருவன் கோமாளி சாயலில் தென்பட்டான். பார்த்த நொடியிலேயே அவனைப் பிடித்துப் போனது. திரைமுழுக்கப் புத்தம்புதுமைகளின் ஒளியாட்டம் அரங்கேறிக்கொண்டிருந்தது. அந்தப் பாடல் முடியும்வரை பல்லிபோல் சுவரோடு ஒட்டிக்கொண்டு ஆடாது அசையாது நின்றிருந்தேன்.

வீட்டிலிருந்து டீக்கடைக்கு வந்தால் எல்லாப் பெஞ்சிலும் அந்தப் பாடலைப் பற்றிய பேச்சுகள்தான் நடந்துகொண்டிருந்தன. அந்த நாளின் உற்சாகம் அதற்கு முந்தைய நாள் சாப்பிட்ட உணவைக் கூட இன்னும் நினைவில் வைத்திருக்கச் செய்திருக்கிறது. *Milk bikis white cream* பிஸ்கட் பாக்கெட்டை முழுசாக விழுங்கியிருந்தேன்.

இத்தனைக்கும் பாடலில் யாருமே தெரிந்த முகங்கள் இல்லை. இசை அமைப்பாளரின் பெயரையும் இதற்குமுன் அறிந்திருக்கவில்லை. திரையில் தோன்றிய கோமாளிதான் பாடலைப் பாடியது என்று பின்னால் தெரிந்துகொண்டேன். இவ்வளவு ஜாலங்களையும் நிகழ்த்திக் காட்டிய அந்த விநோதமான பெயரையும் அப்போதுதான் அறிந்தேன்... மிஷ்கின்

'வால மீனுக்கும்' பாடலில் இருந்த ஒரே பரிட்சயமான முகம் மாளவிகா. ஆனால் அவர் எனக்குக் கண்ணில் படவே இல்லை. அலங்கரிக்கப்பட்ட தொப்புளோடு மார்புகள் தெரிய அவ்வளவு அழகான இடுப்போடு அவர் பாடலில் குறுக்கும் மறுக்கும் ஓடுகிறார். ஆனால் பாடலில் அந்த இடுப்பைத் தாண்டிக் காண நிறைய விசயங்களை உண்டாக்கிவைத்திருந்தான் அதன் இயக்குநர்.

இத்தனைக்கும் நமது பாரம்பரியம் எத்தகையது? அடுத்த நாள் காண இருக்கும் பதினொரு மணிக்காட்சிக்கு முந்தைய இரவின் படுக்கையிலிருந்தே தயாரான பாரம்பரியம் நம்முடையது. 'சின்ன பிட்டைக்' காணச் சொல்லக் கூடாத பொய்களையெல்லாம் சொல்லி, செய்யக் கூடாத காரியங்கள் அனைத்தும் செய்து, திருடன் போல் பதுங்கிப்பதுங்கி தியேட்டருக்குப் பக்கத்தில் இருக்கும் பேக்கரிக்கு வந்து சேர்ந்து, அதிவேகத்தில் பலமைல்கள் ஓடிவந்தவன் போல் மூச்சிரைக்கும் நெஞ்சை நீவித் தந்து சாந்தமாக்கி, "சத்தியமாக டீ குடிக்கத்தான் வந்திருக்கிறேன்..." என்று நிரூபிப்பதற்கென்று சில பாவனைகள் உண்டு. அத்தனை பாவனைகளையும் பிசிறின்றி அரங்கேற்றி, டிக்கெட் கொடுக்கத் தொடங்கியவுடன் பேக்கரியிலிருந்து கௌண்டருக்குத் தாவி, (அந்தத் தாவுதல் ஒரு சாமுராய் வீரனுடையது என்று உறுதிபடச் சொல்கிறார்கள் தொண்ணூறுகளின் வரலாற்றாசிரியர்கள்) திக் திக் ஒலியுடன் எந்த இடுப்பைக் கண்டு கண்டு களிமீதூர்ந்து இன்ப வாழ்வெய்தினோமோ, அதே இடுப்பைத்தான் ஒடித்து ஒருமூலையில் போட்டிருந்தான் மிஷ்கின். இப்படியாக திரைக்கலையின் இந்திரஜாலமொன்றைக் கண்டு வியந்து நின்றேன் அந்தப் பால்யத்தில்.

இன்றுவரை 'வால மீனுக்கு' பாடலில் நான் இடுப்பைத் தேடிக்கொண்டுதான் இருக்கிறேன். அதான் காட்டினாலும் பார்க்க விட மாட்டியே பாவி, பிறகேன் 'கத்தாழ கண்ணால'வில் ஆடுகிற அந்த அம்மணி இடுப்பைச் சுற்றி அப்படி இறுக்கிக் கட்டியிருக்கிறது?

'முகமூடி'க்குப் பின்னான மிஷ்கினின் படங்களில் டூயட்டும் இல்லை; இடுப்பும் இல்லை.

மிஷ்கினின் குத்துப்பாடல்களைக் குத்துப்பாடல் என்கிற பெட்டிக்குள் அவ்வளவு ஈசியாக அடக்கிவிட முடியாது. குத்துப்பாடல்களின் குணாதிசயங்களிலிருந்து அவை விலகியே இருக்கின்றன. அந்தப் பெண்குரல்களின் ஹம்மிங்குகள் இனிய சங்கீதம்போலவே ஒலிக்கக் கேட்கிறோம். அவை உறுப்பை விறைக்கச் செய்வதற்குப் பதில் மனத்தை மகிழச்செய்பவை. நம்மை உற்சாகத்துள் தூக்கியெறிந்து விடுபவை. நமது கால்களை இன்பத்துள் ஆட்டி வைப்பவை. ஒரு பாடலில் ஆடும் பெண் தன் மார்பைக் கண்ணால் காட்டிச் சிரிக்கிறாள். ஆயினும் அதில் கூட ஒரு குறும்பின் பாவனையே தெரிகிறது. ரிப்பிட்டேஷனின் மெல்லிய சலிப்பு தோன்றுகிறது என்று சொல்லப்பட்டாலும் மிஷ்கினின் கடைசிக் குத்துப்பாட்டான 'கன்னித்தீவுப் பொண்ணா' பாடலைக் கூட இப்போதும் பார்க்க முடிகிறது. அந்தப் பாடலில் கும்பலில் ஆடும் இரண்டு பெண்கள் அவ்வளவு அழகு. அவர்களின் கூந்தல் பூக்கள் திரையில் மணக்கவே செய்கின்றன. இந்தப் பாடலில் இடுப்புக்குச் சில க்ளோசப்கள் உண்டுதான். ஆனால் படத்தின் கதைப்படி அதைக் காணவே அந்தப் பெரிய மனிதர்கள் அங்கே கூடியிருக்கிறார்கள். அந்தப் படமே செக்ஸின் மீதுதான் நிகழ்கிறது (*voyeurism*); ஆனால் நம்மைக் கிளர்த்தும் செக்ஸ் காட்சிகள் ஏதுமின்றி!

'அஞ்சாதே'வில் வரும் தயா பாத்திரம், கதவுக்கு அப்புறம் துணி மாற்றும் பெண்ணின் நிர்வாணத்தை இப்புறம் இருந்து கதவுக்குக் கீழே ஒரு கண்ணாடியை வைத்துப் பார்க்க நகர்கையில் மிகச்சரியாக விலங்காகிவிடுகிறான். நான்குகால்களில் அவனை ஒரு மிருகம்போல தவழ்ந்துபோக வைத்திருக்கிறான் மிஷ்கின். அந்தக் காட்சியில் நாம் காண்பது உடை மாற்றும் பெண்ணையல்ல. அதைக் கண்டு கிறங்கும் ஒரு கீழ்மகனை. நாம் அடைவது கிறக்கமல்ல; மாறாக ஒரு பெரும் நடுக்கம்.

ஒரு தம்பி சொன்னான் . . . 'யுத்தம் செய்' பார்த்துவிட்டு இனிமேல் பெண்களையே பார்க்கக்கூடாது என்று ஆக்ரோஷமாக சபதமேற்றுக் கொண்டதாகவும், ஆனால் அந்தச் சபதத்தைத் திரும்பப்பெறும்படி நேர்ந்துவிட்டதென்றும்!

"தம்பி . . . மிருகத்தை அப்படி ஒரேயடியாகக் காட்டிற்கு விரட்டிவிட முடியாது . . ."

•

நீ எனும் தற்சுட்டு

அபி கவிதைகள்

ஒரு நேர்காணலில் "உங்கள் கவிதைகளை அணுகுவதற்கு எந்தவிதமான தயாரிப்புகள் தேவை," என்று கேட்கப்படுகிறது அபியிடம். அதற்கு அவர், "வேண்டுமானால் குழந்தைமையின் தூய அறியாமைகளோடு அணுகிப்பாருங்கள்" என்று பதிலளிக்கிறார். இதுவொரு கவித்துவமான பதில் என்றே தோன்றுகிறது. தூய அறியாமை போதாதென்றே படுகிறது. அந்தக் குழந்தைமையில் கொஞ்சம் ஞானத்தின் தாடி மண்டியிருத்தல் அவசியம் என்று தோன்றுகிறது. முகுந்த் நாகராஜன் சொல்லும் குழந்தைமையும் அபி சொல்லும் குழந்தைமையும் ஒன்றல்ல; இரண்டிற்கும் நோக்கங்கள் வேறு.

அபியின் கவியுலகை ஆழங்கண்டு சொல்ல என்னால் ஆகுமா என்று தெரியவில்லை. அதற்கான கண்கள் என்னிடமில்லையென்றே நம்புகிறேன். எனவே அதைத் தொட்டுத்தொட்டுத் தடவும் ஓர் எளிய முயற்சி இது. கண்மூடித் தடவுபவன் உண்மையில் எல்லையின்மைகளைத்தான் தடவு கிறான். ஆனால் அதைச் சொல்லுகையில் ஓர் எல்லை பிறந்துவிடுகிறது. தடவுதலில் கைகளுக்கு ஓர் எல்லையும் அதன்வழிக் கருத்தில் விரியும் கற்பனைகளுக்கு ஓர் எல்லையின்மையும் உருவாகிறது. எனவே ஒருவன் தடவிக் கண்டுசொல்வதற்குக் கொஞ்சம் காது கொடுப்பதில் பிழையொன்று

மில்லைதான். அபியின் அநேகக் கவிதைகளையொட்டி எனக்கு உளற ஏதோ இருக்கிறது. அந்த உளறலில் இருந்து வாசகனுக்கு ஏதேனும் கிடைத்தால் மகிழ்ச்சியே.

அபியின் கவிதைகளில் வருகிற நீ என்கிற முன்னிலை ஒரு விதத் தற்சுட்டே என்று தோன்றுகிறது. தன்னோடு தானே பேசும் பேச்சுக்களாக ஒலிக்கின்றன அக்கவிதைகள். நவீன மனிதன் பேஃஸ்புக்கில் இருக்கிறான்; வாட்ஸ்அப்பில் இருக்கிறான்; டிக்–டாக்கில் இருக்கிறான். அவன் தன்னோடு தானிருக்கும் நேரங்கள் வேகமாகக் குறைந்துவருகிற இந்நாட்களில் அபியின் இந்தத் தற்பேச்சு கூடுதல் முக்கியத்துவமுடையதாகிறது.

சமையல்

என்
புகைக்கூண்டின் வழியே
என் சதைக்கருகலை
மோப்பம் கொண்டு
விருந்தெனக் கூச்சலிட்டு
உள் நுழைந்தன,
தம் அலகுகளைத் தின்றுதீர்த்த
அராஜகப் பசிகள். (அபி கவிதைகள் பக்: 33)

இந்தப் பசியோடு அபி நடத்தும் யுத்தங்கள்தான் அவரது கவியுலகு.

அரூபக்கவிஞர் என்று பெயர்பெற்றவர் அபி. ரூபம்தான் அரூபமாகிறது. அபியின் கவிதைகளில் பத்மினியும் சரோஜா தேவியும் இல்லையா என்று கேட்டால், அவர்கள் ஒளித்து வைக்கப்பட்டிருக்கிறார்கள் என்று சொல்லலாம்.

இக்கவிதைகளில் ஒன்று இன்னொன்றாக மாறுவது தொடர்ந்து நடக்கிறது—அதாவது சத்தம் வண்ணமாக, வண்ணம் ஸ்பரிஸமாக, ஆகாயம் ஊசிமுனையாக. இப்படி ஒன்று இன்னொன்றாக மாறுகையில் என்ன நடக்கிறது? ஒரு புதிய உலகு பிறக்கிறது. நாசமாய்ப் போன, சலித்த இந்த உலகிற்கு மாற்றாக இன்னோர் உலகு . . . இரண்டு நிமிடமே நீடிக்குமென்றாலும் எனக்கு அது அவசியமே. சமீபத்தில் வந்திருக்கும் பிரான்சிஸ் கிருபாவுடைய கவிதைத் தொகுப்பின் தலைப்பு ‘சக்தியின் கூத்தில் ஒளியொரு தாளம்’. ஒளி ஒலியாகிப் பிறக்கும் அந்தச் சின்னஞ்சிறு உலகைக் காண இந்தத் தலைப்பை நான் அடிக்கடி சொல்லிப் பார்ப்பதுண்டு.

அபி எழுதுகிறார் . . .

சுருதி தோய்ந்து
வானும் நிறமற்று
ஆழ்ந்தது மெத்தென

பூமியில்
ஒலிகளின் உட்பிரிவு
பால் பிடித்திருந்தது
வெண் பச்சையாய்.   (அபி கவிதைகள் பக்: 6)

இந்தக் கவிதைகளில் இருப்பும் இன்மையும் தொடர்ந்து பேசப்படுகின்றன. சதா இருந்துகொண்டே இருக்கும் இருப்பிற்கு எதிராக இல்லாதிருக்கும் இருப்பைப் பேசுகிறார் அபி.

நெடுங்காலம் கடுகாகிக்
காணாமல் போயிற்று

சுருதியின்
பரந்து விரிந்து விரவி . . .
இல்லாதிருக்கும் இருப்பு
புலப்பட்டது
மங்கலாக   (அ.க. பக்: 5)

சிலப்பதிகாரம் சொல்லும் 'வினைவிளைகாலம்' புரட்சிக்கு எதிரானது. கொஞ்சம் வளைத்தால் அதை ஆதரவானதாகவும் ஆக்கிக்கொள்ளலாம். அபியோ,

வினை அறுப்போர்
எவருமில்லை
எங்கும் எங்கும் வினைமயம்   (அ.க. பக்:7)

என்கிறார். அதாவது வினைதான் நிச்சயம். அது எப்படி விளையும் என்பது நிச்சயமில்லை. இந்த வரிகள் புரட்சிக்கு அப்பால் இருக்கின்றன. புரட்சிக்கு அப்பால் இருக்கும் ஒன்றைக் காண்பது எளிய இடதுசாரி மனத்திற்குத் தொல்லை தருவது. அதைக் கடும் குழப்பங்களில் ஆழ்த்துவது. உலகைத் தற்செயல்களின் நாடகமாகக் காண அதனால் இயலாது.

பாவம் x புண்ணியம், நன்மை x தீமை, அழகு x அழுக்கு என்கிற இருமைகளிலிருந்து வெளியேற முயல்பவராக இருக்கிறார் அபி. ஒரு மனித உயிர்க்கு அது அவ்வளவு சாத்தியமானதன்று. அது உழல்வது இந்த இருமைகளில்தான்.

இக்கவிதைகள் கண்டறிதலில் முனைப்பு கொண்டு ஓடி ஓடித் தேடுகின்றன. அப்படி தேடியடைந்ததைக் கேலி பேசி நிராகரித்து மீண்டும் தேடத் துவங்குகின்றன. நமது உலகம் நமக்கு நாமே போர்த்திக்கொண்டதுதான். அதன் அர்த்தம் அப்படியொன்றும் நிச்சயமானதில்லை. கசப்பு, இனிப்பு, வெறுப்பு, விருப்பு ஆகியவை பெயரளவில் மட்டுமே வேறானவை எனக் கண்டுகொள்கிறோம். அபியின் கவிதைகளில் நார்க்காடு என்கிற உருவகம் பலமுறை இடம்பெறுகிறது. உரிக்க உரிக்க வந்துகொண்டே இருக்கும் முடிவற்ற, தெளிவற்ற ஒன்று அது.

'காலம்' பொதுவாக நாம் காண மறுப்பது; விரும்பாததும் கூட. அபி அதை விதவிதமாகக் கண்டு எழுதியிருக்கிறார். என்னதான் நாம் ஒளிந்துகொள்ள விரும்பினாலும் காலத்திற்குத் தப்பிப்பிழைக்க என ஓர் இடம் பூமியில் இல்லை. கஞ்சாத்தூளை உள்ளங்கையில் வைத்து அப்படி அழுத்தி அழுத்தித் தேய்ப்பது எதற்கு? காலத்தை மயக்கத்தான். அது நேற்றும் இன்றும் நாளையுமற்ற ஓர் உலகிற்குள் அவனை அழைத்துச் செல்கிறது. காலம் மங்கினால் சகலமும் மங்கிவிடுகிறது.

எதையாவது தொட்டால்தானே ஏதாவது நிகழும். எதையாவது கடைந்தால்தானே அமுதோ நஞ்சோ வெளிப்படும். எதையும் தொட்டுவிடாத சுகமொன்றைப் பேசுகிறார் அபி

> எதையும் தொட்டிராத
> என் புதிய கைகள்
> எங்கெங்கும் நீண்டு
> எதையும் தொடாது
> திளைத்தன   (அ. கவி–பக்: 75)

வெளிப்பாடு, உள்பாடு என்று இரண்டு கவிதைகள் அடுத்தடுத்து உள்ளன. 'உள்பாடு' கவிதைக்கு வரிக்குவரி உரை சொல்ல என்னால் முடியாது. சொன்னால் ஏதோ ஒன்று வழுக்கிவிடும். அபியின் பல கவிதைகளும் இப்படி உரை சொல்ல எத்தனிக்கையில் வழுக்கிவிடுகின்றன. ஆனால் அதைப் படிக்கையில் அடைந்த பரவசம் உண்மை.

உள்பாடு

> இந்தப் பழக்கம்
> விட்டுவிடு
>
> எங்காயினும்
> வானிலேனும் மண்ணிலேனும்
> புள்ளியொன்று கிடக்கக் கண்டால்
> சுற்றிச் சுற்றி
> வட்டங்கள் வரைவதும்
> சுழன்று சுழன்று
> கோலங்கள் வரைவதும்
>
> குறுக்கும் நெடுக்குமாய்ப்
> புள்ளியின் வழியே
> பரபரத்துத் திரிவதும் ...
>
> இந்தப் பழக்கம் விட்டுவிடு
>
> முடிந்தால்
> புள்ளியைத் தொட்டுத்தடவி
> அதன் முடிதிறந்து

உள் நுழைந்து
விடு.   (அ.க பக்: 48)

நமக்குப் புள்ளியைக் காண்பதே அரிது. முதலில் புள்ளியைக் கண்டு பிறகு அதன் முடியைக் கண்டறிந்து அதையும் திறந்து உள்நுழைவதென்றால்...சார், மனிதர்களிடம் எதிர்பார்ப்பதற்கும் ஓர் அளவிருக்கிறதல்லவா?

அபியின் மாலை கவிதைகளில் உள்ள மாலை நமது வழக்கமான மாலையன்று. நாம் அறிந்த பொன்மாலைப் பொழுதுமன்று. அவை கண்ணிற்குத் தோன்றும் ரம்மியமான காட்சியாக இல்லாமல் நமது கற்பிதங்களின் அபத்தங்கள் இறங்கி வரும் களமாக மாறியிருக்கின்றன. வாழ்வு ஓர் ஓட்டப்பந்தயம் என்று சொல்லி வளர்க்கப்பட்டிருக்கும் நமக்குப் புதிய பாடங்களைச் சொல்லி, வேறுவேறு வெளிச்சங்களைக் காட்டும் இக்கவிதைகள் முன்–பின் என்பதைக் கலைத்துப்போட்டுவிடுகின்றன.

அபியின் லட்சியம் ஒரு காலியிடம். லட்சியம் என்று சொல்ல முடியாது. லட்சியம் என்று உச்சரித்த மாத்திரத்திலேயே அந்தக் காலியிடம் காணாமல் ஆகக் காண்கிறோம். ஓர் எளிய மனித உயிரால் வெகுநேரம் அந்தக் காலியிடத்தில் நிலைத்திருக்க இயலாது. அவனைச் சுற்றிலும் ஆயிரம் விசயங்களின் மினுக்காட்டம். ஏதோ ஓர் ஆட்டத்தில் கலந்துவிடவே அவன் விரும்புகிறான். அவனால் அவ்வளவுதான் தாக்குப் பிடிக்க முடியும்.

எனக்கு வந்த
பரிசுப் பொட்டலங்கள் ஒன்றில்
வெறும் காலியிடம் விரவிக் கிடந்தது   (அ. க–பக்: 197)

என்று தொடங்குகிறது ஒரு கவிதை.

எப்படியோ நாம் உருவாகித்தொலைத்துவிட்டோம். அதன்பின் நடக்கிற கூத்தில் கவனம் செலுத்துவதுதான் பொது இயல்பு. ஆனால் அபி எல்லாவற்றிற்கும் 'உருவாகும் விதம்' தான் காரணம் என்று நம்புகிறார். எனவே உருவாகும் வரலாற்றை ஆழத்திற்குச் சென்று தேடுகிறார். ஆனால் அங்கு அவர் காண்பது அடர்ந்து செறிந்த ஓர் இருள். தீராத குழப்பங்கள்... வெறும் வினாக்கள். இந்த உருவாகும் வரலாறும் அபி சொல்லும் காலியிடமும் ஒரு விதத்தில் அருகருகே இருக்கக் காண்கிறோம். அடர்ந்த இருளைக் கண்டு வந்தாலும் வாழ்வின் மெய்ம்மையைத் தேடித் திரும்பத் திரும்ப வேறுவேறு ஆழங்களுக்குச் செல்வதை அபி நிறுத்துவதில்லை. அவரது கவியுலகின் ஆதார இயல்பாக இருக்கிறது அது. அவரது கட்டுரையின் ஒரு வரி இப்படி சொல்கிறது...

இசை

“கவிதை என்பது இவனுக்குக் கற்பனை இல்லை. மூலங்களைத் தொட்டு முடிவிலிகளின் வழியாகச் செல்லும் முயற்சி.”

அபியின் சில கவிதைகளை வாசிக்கையில் எனக்குச் சிரிப்பு வந்தது. (எ.கா: உள்பாடு, அதுதான் சரி). வாழ்வின் மெய்ம்மையைத் தேடி அவ்வளவு ஆழமாகப் போகையில் சிரிப்பு வருவது இயல்பு தானே?

கீழே எறிந்துவிட்டு
மறுபடி நினைத்தால்
நினைக்க நினைக்க
நா ஊறுகிறது (அ.க-பக்கம்: 227)

என்று அவரது முதல் தொகுப்பில் தொடங்கும் அபத்த தரிசனம் சமீபம்வரை தொடர்கிறது. ஆனால் கசப்பு என்கிற நிலையிலிருந்து அது இயல்பு என்கிற நிலைக்கு நகர்ந்துவிட்டதாகத் தோன்றுகிறது. அதாவது அழுகை நின்றுவிட்டது.

அபி எதையாவது கொஞ்சம் அழுத்துவாரெனில் அது சங்கீதத்தைத்தான். அதையும் கூட நாம் அழுத்துவது போல் அழுத்துவதில்லை அவர். ‘உள்ளத்தில் நல்ல உள்ளம்’ பாடலை ஒரு சிறுவனைப் பாட வைத்து அதைக் கண்டு கண்டு நெக்குருகியோடி ஒருவரையொருவர் கட்டித்தழுவி அரங்கையே மூக்குச் சளியால் மூடிவிடப் பார்க்கும் சிங்கர்ஸ் ஷோக்கள் வெற்றிகரமாக கோலோச்சிக்கொண்டிருக்கும் இன்றைய காலத்தில் ‘நாதத்தைப் புலன்களில் பொட்டலம் கட்டப் பார்க்கிறாய்’ என்று கவிதை படிக்கிறார் அபி. “இந்த ஆள வச்சிக்கிட்டு ஒரு கொலகூட செய்ய முடியாது” என்று தலையில் அடித்துக்கொள்கிறார் நிகழ்ச்சித் தயாரிப்பாளர்.

வாழ்வுகுறித்த பிரமாண்ட கற்பனைக்கு எதிராக அபி காட்டும் ஒன்றுமற்ற வெட்ட வெளி நம்மைக் கடுமையாக அச்சுறுத்துகிறது. வாழ்வுக்குள் இட்டு நிரப்ப முடியாத இடைவெளிகள் உண்டென்றால் நாம் ஆம் என்று தலையாட்டலாம். “இடைவெளியைச் சுற்றும் சிற்றெறும்புகள்தான் வாழ்க்கை” என்று சொன்னால் பீதி கிளம்பாதா என்ன?

இடைவெளிகள்

யாரும் கவனியாதிருந்தபோது
இடைவெளிகள்
விழித்துக்கொண்டு
விரிவடைந்தன

நட்சத்திரத்திற்கும் நட்சத்திரத்திற்கும்
அர்த்தத்திற்கும் அர்த்தத்திற்கும்
உனக்கும் உனக்கும்
விநாடிக்கும் விநாடிக்கும்
இடைவெளிக்கும் இடைவெளிக்கும் . . .
என்று

இடைவெளிகள் விரிவடைந்தன.

வெறியூறி வியாபித்தன

வியாபகத்தின் உச்சத்தில்
மற்றெல்லாம் சுருங்கிப் போயின
ஆங்காங்கிருந்து
இடைவெளிகள் ஒருங்கு திரண்டு
அண்டவட்டமாயின

வட்டத்தின் விளிம்பைச் சுற்றிலும்
சிற்றெறும்புகளாய்
வாழ்க்கைத் துகள்

வட்டத்தின் சுழற்சியில்
நடுவே தோன்றி வளர்ந்தது
பேரொளி

அதற்குப் பேச்சு வரவில்லை
சைகைகளும் இல்லை
எனினும் அதனிடம்
அடக்கமாய் வீற்றிருந்தது

நோக்கற்று ஒரு மகத்துவம். (அ.க பக்: 122)

மகத்துவத்தின் முன்னே கொஞ்சம் நம்பிக்கை கொள்ளலாம்; எதையாவது வேண்டலாம். மண்டியிட்டுக் கண்ணீர் சிந்தலாம். நோக்கமற்ற மகத்துவத்தின் முன்னே என்ன செய்ய, வெறுமனே பார்த்துக்கொண்டிருப்பதைத் தவிர ?

மூழ்கினால் முத்தெடுத்து வரவேண்டும்; அது நமது பொது நியதி. அபி நம்மை இழுத்துச்செல்லும் ஆழங்களில் ஒன்றுமில்லை. ஒன்றுமில்லை என்று காட்டத்தான் அவர் நம்மை அவ்வளவு ஆழத்திற்கு இழுத்துச் செல்கிறார்.

அபி இந்த வாழ்வைப் பொருட்படுத்தாது வேறெதையோ பேசிக்கொண்டிருப்பது போல் ஒரு பிரமை தோன்றுவது இயல்பே. ஏனெனில் நமது அன்றாட வாழ்வின் சித்திரங்கள் இதில் இல்லை. ஆனால் வாழ்வுகுறித்த ஆழமான விசாரணைகள் உள்ளன.

"நடைமுறை வாழ்வைச் சந்தித்து உழல்பவன் இவனுடைய ஒரு அவன். இவன் எழுத்து மனிதன். எதை எப்படி எழுத வேண்டும் என்பதைத் தன் சுதந்திரமாகக் கொள்கிறான்" என்று சொல்லும் அபி இன்னோர் இடத்தில் சொல்கிறார்... "வாழ்விலிருந்து இவன் எதிர்ப்பக்கமாகப் போகவில்லை; வாழ்விற்குள்ளேயே இருளடர்ந்த வேறொரு பக்கமே இவன் போவது."

பொதுவாக நமது தமிழ்வாசக மனத்திற்கு எல்லாமும் இரத்தமும் சதையுமாக வேண்டும். அப்படி அல்லாத ஒன்றை ஏற்றுக்கொள்வதில் அதற்குத் தயக்கங்கள் உண்டு. இப்படி இரத்தமும் சதையுமாக வாழும் நமக்கு ஒன்றுமற்ற காலியிடத்தைக் காண்பது கொஞ்சம் சிரமமானதுதான். 'ஒன்றுமில்லை' என்பது கூட சித்தர்பாடல்களில் ஒலிப்பதுபோல உரத்து ஒலிக்குமாயின் நாம் அதை மகிழ்ந்து கொண்டாடுவோம். அபியோ ஒன்றுமில்லை என்பதை ஒன்றுமில்லாதது போலவே சொல்கிறார்.

அபி அரிதாக ஒரு காதல் கவிதை எழுதியிருக்கிறார். அதாவது தெளிவாக அதில் ஒரு பெண் உரு உண்டு. "உலகின் விஷங்களை வெல்லவோ உன் முகத்தில் இரண்டு மகுடிகள்" என்று பிரமாதமாகத் தொடங்குகிறது கவிதை. காதலில் உருகியுருகி எழுதிச் செல்பவர், முடிக்கிற தறுவாயில் எழுதுகிறார்...

    இந்தப் புதிர்கள் முன் பிரமிக்கவே
    இத்தனை அறிவிலும்
    புகுந்து வந்தேன்

இப்படியாக இவ்வரிகள் அபியின் இன்னொரு மெய்ஞ்ஞானக் கவிதையின் வரிகளாக மாறுகின்றன. அந்தக் காதலியை எண்ணிப் பார்க்கக் கொஞ்சம் பரிதாபமாகத்தான் இருக்கிறது.

சிலவரிகள் நாம் அர்த்தமேற்றும் முன்னரே நம்மைக் கவர்ந்து விடுகின்றன.

    வாசற்படியில்
    வாயில் விரலுடன்
    நின்றது குழந்தை
    வீடும் வாய்திறந்து
    குழந்தையை விரலாய்ச்
    சப்பி நின்றது ...   (அ.க பக்: 30)

அபியின் சில கவிதைகள் வெறும் உளவியல் கணக்குகளாகவும் தத்துவ விளையாட்டுகளாகவும் தங்கிவிட்டதாக எனக்குத் தோன்றுகிறது. அவற்றில் கவிதையின் வண்ணம் ஏறவில்லை என்றே எனக்குப் படுகிறது.

இனி
இருக்கிறேன் என்பதில்லாத இருப்பு
இல்லை என்று
இருக்கும்   (அ.க பக்: 169)

போன்ற வரிகள் அதன் அர்த்தபுஷ்டிகளைக் கடந்தும் கொஞ்சம் எரிச்சலூட்டவே செய்கின்றன.

அபி ஒரு கவி . . . சொற்களின் கும்மாளம், எண்ணங்களின் ஆடம்பரம் என்றெழுதிச் செல்லும் ஒரு கவி.

மிக உறுதியாக அபி எமது மொழியின் ஒரு தனித்த அபூர்வம். விஷ்ணுபுரம் விருதுபெறும் அவர்க்கு என்னுடைய வணக்கங்கள்.

●

நீலம்பாரித்தல்

ஓர் அதிகாலையில் ரயிலைப் பிடிக்கும் அவசரத்தில் பாத்ரூமிலிருந்து பாய்ந்துவந்து சாப்பாட்டுத் தட்டின் முன் அமர்ந்தேன். ஒரு காலத்தில் சத்துணவு என்று எங்கள் நண்பர் குழாமால் கேலி செய்யப்பட்ட அதே சம்பா ரவை. இன்றோ என் தினசரிக் காலை உணவு. சத்துணவு என்கிற விளி எப்படி கேலியானது என்று இன்று வரை விளங்கவில்லை. அவசர அவசரமாக அள்ளி வாயில் திணிக்கையில்தான் கவனித்தேன் என் கையை. அது கருநீலத்தில் இருந்தது; உடனே இடது கைக்கு ஓடினேன். அதுவும் அப்படியே இருந்தது. எதையோ தொட்டுவிட்டு ஒழுங்காகக் கை கழுவாமல் அமர்ந்துவிட்டேன்போல? திரும்பவும் எழுந்து கைகளை அழுத்திக் கழுவிவிட்டு வந்தமர்ந்தேன். ரயில்வேறு தூரத்தில் கூவிக்கொண்டிருந்தது.

இரண்டு வாய்க்குப் பிறகு திரும்பவும் கைகளைப் பார்த்தேன். எதுவும் மாறவில்லை. கருப்பு குறைந்து நீலம் கூடிவிட்டது போல் தோன்றியது. கட்டைவிரல் மேட்டில் கொஞ்சம் வெளிறிய இளமஞ்சளும் பூத்திருந்தது. எனக்கு எல்லாம் விளங்கிவிட்டது.

சமீப நாட்களில் உணவுக் கட்டுப்பாட்டில் இருக்கிறேன். என்னளவில் கொஞ்சம் கடுமையானதுதான். பத்துகிலோ குறைத்ததில் நெஞ்செலும்பு வெளித்தள்ளிவிட்டது. ஆனால் இந்தக் கட்டுப்பாடு எந்த மருத்துவரின் ஆலோசனையின்படியும் மேற்கொள்ளப்படவில்லை. எனக்கு நானே வைத்தியனாகி என் உடலைக்கொண்டு நானே

நிகழ்த்திய ஆராய்ச்சி இது. சர்க்கரையை நிறுத்திவிட்ட தைரியத்தில் பேக்கரி பண்டங்களுக்கும் விடை அளித்திருந்தேன். விளைவு நன்றாகவே இருந்தது. ஆனால் கூடவே வந்துவிட்டது போலும் உபவிளைவு!?

இரண்டுவருடங்களாகவே தேநீரில் வித் அவுட்டுக்கு மாறியிருந்தேன். சமீபமாகச் சர்க்கரை கலந்த எல்லாவற்றையும் விட்டுவிட்டேன். இப்படி சுத்தமாக சர்க்கரையை விலக்குவது சரியா என்று சில நண்பர்கள் எழுப்பிய கேள்வியை நான் பொருட்படுத்தவில்லை. உடலும் மனமும் சுறுசுறுப்பாக இருந்ததால் தொடர்ந்து சர்க்கரைப் புறக்கணிப்பில் ஈடுபட்டு வந்தேன். இத்தனைக்கும் நானொரு சர்க்கரைப் பிரியன். சிறுவயதில் இருபது கம்மர்கட்டுகள் இல்லாமல் நான் சினிமாவுக்குப் போனதில்லை. இடைவேளைக்குமுன் பத்து, பின் பத்து என்பது கணக்கு. கம்மர்கட்டுக்கு சைட்டிஷ் சினிமாவா, சினிமாவுக்கு சைட்டிஷ் கம்மர்கட்டா என்பது கொஞ்சம் சிக்கலான கேள்விதான்.

நீலம் மறைவது போல் தெரியவில்லை. அப்படி இனிப்பில் ஊறித்திளைத்த உடலைப் பட்டினிப்போட்டு வாட்டியதின் விளைவு இப்படி கைகளில் வந்து ஏறியிருக்கிறதா? அல்லது உடலுக்குள் முக்கியமான உறுப்பொன்று கொஞ்சம் கொஞ்சமாய் அழுகி வந்து, அந்த அழுகல் முற்றிவிட்டதன் சாட்சியா இது?

அடுத்து செய்ய வேண்டியது என்ன? எந்த மருத்துவரைப் போய்ப் பார்ப்பது? எதனால் இப்படி ஆகிவிட்டது? முந்தைய இரவு முழுக்கவும் தூக்கமின்மையால் அவதியுற்றிருந்தேன். அதற்கும் இதற்கும் ஏதும் தொடர்பிருக்குமா? அதற்கு முந்தைய நாள் இரவு ரெஸ்டாரெண்டில் பரிமாறப்பட்ட காடை வறுவலில் ஏதும் பிழைபட்டுவிட்டதா? எண்ணற்ற கேள்விகள்; தீராத குழப்பங்கள்.

மனம் திருந்திக் குற்றவுணர்ச்சியில் உழலும் ஒரு கொலைகாரன் தன் கைகளைக் கண்டுகண்டு குமைவதைப் போலே என் கைகளைக் கண்டேன். என் பாவங்கள்தான் ஒவ்வொரு விரலிலும் ஏறியிருக்கும் இந்த நீலவண்ணங்கள். வாழ்வு குறித்த திட்டங்கள், பிரம்மாண்ட கற்பனைகள் யாவும் பட்டென்று வெடித்து வீடுமுழுக்கச் சிதறிவிட்டன. என் தெய்வமே! நான் அப்படி என்னதான் செய்துவிட்டேன்? எந்தக் குருடனுக்குப் புதைகுழிக்கு வழி சொன்னேன்? எந்த நண்பனின் புறங்கழுத்தைக் கடித்தேன்? எவன் தொடைச்சதைக்கு நன்றி மறந்தேன்? எதற்கிந்தத் தண்டனை?

நோயும் ஞானமும் இரட்டைப் பிறவிகள் போலும்! நோய்கண்ட சில நிமிடங்களிலேயே ஞானத்தின் தாடி என் முகமெங்கும் மண்டிவிட்டது. இந்த வாழ்வுக்கு என்னதான்

பொருள்? இத்தனையையும் கையுள் வைத்து ஆட்டிப் பார்க்கும் அவன் யார்? எங்கிருந்து வந்தேன்? எதற்காக வந்தேன்? எங்குதான் போகப்போகிறேன்? அடர்ந்து செறிந்த இருளுள் ஆழத்திற்குச் சென்று யோசித்துக்கொண்டிருந்த வேளையில், "நேரமாகலையா?" என்று வாசலில் நின்று அழைத்த மனைவியின் குரல் கேட்டுத் திரும்பினேன். அப்போதுதான் எதேச்சையாக வாஷிங் மெசினைப் பார்த்தேன். அதில் புதிதாக வாங்கிய துண்டு காய்ந்துகொண்டிருந்தது. ஒரு காதிபவனில் இருபது சதவீதம் தள்ளுபடியில் முப்பத்தைந்து ரூபாய்க்கு வாங்கியது. நீலக்கலர். இன்பத்தின் மின்னலொன்று என் இதயத்தில் வெட்டி முறிந்தது. அதை எடுத்துத் தண்ணீரில் நனைத்துப் பார்த்தேன். வானத்தை வாளியில் முக்கி அழுத்தியது போல அவ்வளவு நீலம் பிரிந்துவந்தது.

ரயில் போய்விட்டதுதான். ஆனால் உயிர் கூட்டிற்குத் திரும்பி விட்டது.

•

புத்தர் சிலையும் பெர்ஃப்யூம் புட்டியும்

சிங்கப்பூர் தேசிய கலைமன்றத்தின் அழைப்பை ஏற்று 'சிங்கப்பூர் எழுத்தாளர் விழா 2019'இல் கலந்துகொண்டேன். இருபது ஆண்டுகளுக்கும் மேலாக நடந்துவரும் இந்த விழாவில் இம்முறை தமிழ் மொழியின் சார்பாக நானும் மலேசிய எழுத்தாளர் சீ. முத்துசாமியும் கலந்துகொண்டோம். நவம்பர் 9, 10 தேதிகளில் இரண்டு நாட்கள் நடக்கவிருந்த நிகழ்வுகளுக்காக நான்கு நாட்கள் சிங்கப்பூரில் தங்கியிருந்தேன்.

விழாவிற்கான அழைப்பு வந்ததும்தான் உறைத்தது, என்னிடம் பாஸ்போர்ட் ஏதும் இல்லை. பொள்ளாச்சி, உடுமலைப்பேட்டை தாண்டி நமக்கு வேறெங்கே சோலி வந்துவிடப்போகிறது என்கிற நினைப்பில் பாஸ்போர்ட் குறித்தெல்லாம் யோசித்திருக்கவில்லை. சேலம், மதுரை அதிகபட்சம் சென்னையைத் தாண்டி இலக்கியச் சேவையாற்றத் தேவையிருக்காது என்கிற எண்ணத்தில்தான் இருந்தேன்.

நான் அரசு ஊழியன் என்பதால் *no objection certificate* என்கிற NOCக்கும் அலைய வேண்டியிருந்தது. பாஸ்போர்ட் பெறும் வழிமுறைகள் தற்போது எளிமையாக்கப்பட்டுவிட்டதாக நண்பர்கள் ஆறுதல் சொன்னார்கள். அது அப்படித்தான் இருந்தது. ஆனால் என் NOC கோப்பு ஒரு கண்டத்திலிருந்து

இன்னொரு கண்டத்திற்குப் போவதுபோல ஒரு டேபிளிலிருந்து இன்னொரு டேபிளுக்கு ஊர்ந்துகொண்டிருந்தது. நான்கு நாட்கள் என்னை வெளிநாடு அனுப்பிவைக்க மூன்று எழுத்தாளர்கள், இரண்டு ஐ.பி.எஸ். அதிகாரிகள் கொண்ட ஒரு குழு தீவிரமாகச் செயல்பட வேண்டியிருந்தது. அப்படி செயல்பட்டும் புறப்பாட்டிற்கு முந்தையநாள்தான் என்னால் *NOC*யை வென்றெடுக்க முடிந்தது.

முதல் விமானப் பயணம் அதற்குரிய தடுமாற்றங்களுடனும் குதூகலத்துடனும் இருநத்து. ரயிலில் ஜன்னலோரத்தில் அமர்ந்தால் என்ன தெரியுமென்று எனக்குத் தெரியும. ஆனால் விமானத்தில் ஜன்னல் சீட்டின் பயன் என்னவென்று குறித்து எனக்கு ஏதும் தெரிந்திருக்கவில்லை. எனவே ஜன்னலோர இருக்கைக்கு முனைப்பு காட்டியிருக்கவில்லை. விமானம் தரையிறங்கும்போது சிங்கப்பூரின் ஒளிவெள்ளத் திருக்கோலம் காண்பது அலாதியானது என்று பிறபாடு தெரிந்துகொண்டேன். எனவே ஜன்னல் சீட்டிற்கு முயன்று பார்த்தேன்; கிட்டவில்லை. ஆனால் தரையிறங்குகையில் கொஞ்சம் எட்டிப்பார்க்க முடிந்தது. கனவுமயமாகத்தான் இருந்தது.

முதல் அமர்வாக ‘தமிழ்க்கவிதையில் பகடி’ குறித்த பயிற்சி வகுப்பு நடந்தது. கவிதையைப் பயிற்றுவிக்க முடியுமா என்பது எப்போதும் முன்வைக்கப்படுகிற ஓர் அடிப்படையான கேள்வி. ஊசியின் மூலம் மருந்தை உடலுக்குள் செலுத்துவது போலே ஒரு நெஞ்சிற்குள் கவிதையைப் புகுத்திவிட முடியாது என்பதுதான் எனது எண்ணமும். ஆனால் கவிதையில் அறிவு சார்ந்து கற்றுக்கொள்ள வேண்டிய பகுதிகள் என்றும் சில உண்டு. அவற்றைப் பயிற்றுவிக்க முடியும் என்றே நம்புகிறேன். பகடி தீவிரத்தைக் குறைத்துவிடாதா என்கிற அந்த வழக்கமான கேள்வி இந்த அமர்விலும் கேட்கப்பட்டது. இம்முறையும் உறுதியாக மறுத்தேன். பெருந்தேவியின் ‘68வது பிரிவு’ கவிதை ஆரவாரத்துடன் வரவேற்கப்பட்டது.

மாலை அமர்வு வெவ்வேறு தேசத்துத் தமிழ் இலக்கியப் போக்குகள் குறித்த அமர்வாக இருந்தது. தமிழக, ஈழத்து இலக்கியங்களோடு ஒப்புநோக்குகையில் சிங்கப்பூர், மலேசிய இலக்கியம் போதுமான தீவிரத்துடன் இல்லாதது உண்மைதான். எனவே இந்த அமர்வில் அதிகம் கவனம்கொள்ள வேண்டியது சிங்கப்பூர், மலேசிய இலக்கியம் குறித்துதான் என்று எண்ணினேன். எனவே என் உரையை ஈழத்துக் கவிதைப் போக்குகள் குறித்த சிற்றுரையாக நிறுத்திக்கொண்டேன். சீ. முத்துசாமி மலேசிய இலக்கியம் குறித்தும், சித்துராஜ் பொன்ராஜ் சிங்கப்பூர் இலக்கியம் குறித்தும் சற்று விரிவாகப் பேசினர்.

மறுநாள் காலையில் எனது படைப்புவெளி குறித்த அமர்வு. எல்லா அமர்விற்கும் பார்வையாளர்கள் என்போர் கிட்டத்தட்ட அதே ஆட்கள்தான். எல்லா ஊரிலும் அப்படித்தானே? சமீபகாலமாக *Rapid Fire* என்கிற புதுவியாதி ஒன்று புறப்பட்டிருக்கிறது. சிங்கப்பூரில் இரண்டு *Rapid Fire*களில் கலந்துகொண்டேன். இரண்டிலும் சொதப்பினேன் என்றே நினைக்கிறேன். ஒரு நொடிப்பொழுதில் பதில்களைத் தீயாய் ஊதிவிடும்படிக்கு நான் இன்னும் தயாராகவில்லை; அப்படி தயாராக முடியும் என்றும் தோன்றவில்லை. கவிதை என்றால் என்ன என்கிற அரதப்பழசான கேள்விக்கு நமது மகாகவிகள் இப்போதும் இருண்ட முகத்துடன் உத்தரத்துப் பல்லியைப் பார்த்துத்தானே பதில் சொல்லிக்கொண்டிருக்கிறார்கள்.

சிங்கப்பூருக்குள் நுழைய சோதனைச்சாவடியில் பரிசோதிக்கப்படுகையில் எதற்காகச் சிங்கப்பூர் வந்திருக்கிறீர்கள் என்று கேட்டார் அந்த அதிகாரி. *Singapore writers festival*இல் கலந்து கொள்வதற்காக என்று பதிலளித்தேன். என் கண்களை ஊடுருவிப் பார்த்து *Are u writer* என்று கேட்டார். தீர்க்கதரிசியொருவன் உள்ளூரில் மாத்திரமல்ல சகலதேசங்களிலும் சந்தேகிக்கவே படுகிறான். அந்த அதிகாரியைப் போன்றே டாக்ஸிக்காரர்களும் என்னை நம்பவில்லை. நான் தங்கியிருந்த விடுதிக்குப் போகச் சொன்னால், உறுதியாகவா அங்குதானா என்று திரும்பத் திரும்பக் கேட்டார்கள். *THE FULLERTON* என்கிற அந்த ஹோட்டல் சிங்கப்பூர் ஆற்றின்கரையில் அமைந்திருக்கிற, பாரம்பரிய பெருமைமிக்க, கனவான்கள் வந்துபோகும் ஐந்து நட்சத்திர சொகுசு விடுதியென்று நண்பன் சரவணன் மூலம் தெரிந்து கொண்டேன். டாக்சிக்காரர்களைக் கோபித்துக்கொள்ள ஒரு நியாயமுமில்லை என்று புரிந்துவிட்டது. நான் கனவானாக தோன்றாததில் வருத்தமேதுமில்லை. ஆனால் கூடவே திரிந்த சரவணன் ஒரு விஞ்ஞானி. அவன்கூட அவர்களுக்கு ஒரு விஞ்ஞானியாகத் தோன்றவில்லை என்பதில் எனக்கு ஓர் அற்ப ஆறுதல்.

நவம்பர் 10 மதியம் கவிமாலை என்கிற அமைப்பின் சார்பாக விதைகள் என்கிற பெயரில் இருந்த மாணவர் கவிதைப் பயிற்சித் திட்டத்தொடக்க விழாவில் கலந்துகொண்டு “கவிதையின் விநோதங்கள்” என்கிற தலைப்பில் உரையாற்றினேன். மாணவர்களும் இலக்கிய ஆர்வலர்களும் கலவையாக அமர்ந்திருந்த அந்த அரங்கை எதிர்கொள்வது கொஞ்சம் சிக்கலாக இருந்தது. முடிந்தவரை மாணவர்களுக்காகவே பேச வேண்டும் என்று முடிவு செய்துகொண்டேன். நான் எதிர்பார்த்ததுபோலவே முகுந்த்

நாகராஜனால் மாணவர்களைக் கொஞ்சம் அசைக்க முடிந்தது. அவர்களுக்கு வழங்கப்பட்ட கையேட்டிலும் முகுந்தின் கவிதை நூல்கள் இருக்கும்படிப் பார்த்துக்கொண்டோம்.

அடுத்தடுத்து அமர்வுகள் இருந்ததால் ‘புதுமையிலே மயங்குகிறேன்’ என்று பாடல்பெற்ற சிங்கப்பூரை ஒழுங்காகச் சுற்றிப்பார்க்கக்கூட இல்லை. மாலைவேளையொன்றில் நண்பர்கள் ஒரு பீச்சுக்கு அழைத்துப் போனார்கள். போன கொஞ்ச நேரத்திலேயே உள்ளும் புறமும் கறுத்துவிட்டதால் அதன் ஸ்தல புராணம் இப்போது நினைவில் இல்லை. சிங்கப்பூரில் இறங்கிய அன்று அமர்வுகள் எதுவுமில்லையென்பதால் அன்று புத்தர் கோவிலுக்குச் செல்ல வாய்த்தது. கலைநுட்பம கூடிய விதவிதமான புத்தர் சிலைகள் . . . புத்த பிக்குகளின் அசலான மெழுகுச் சிலைகள் . . . புத்தரின் பல் ஒன்று இங்குதான் பாதுகாத்து வைக்கப்பட்டிருப்பதாகச் சொன்னார்கள். உருப்பெருக்கிவைத்து அந்தப் பல்லைப் பெரிதாக்கிக் காட்சிக்கு வைத்திருக்கிறார்கள். புத்தனிடம் காண வேண்டியது அவன் பல் அல்ல என்பதால் எனக்குப் பெரிதாக சிலிர்ப்பு ஒன்றும் தோன்றவில்லை.

இந்த நான்குநாட்களும் மலேசிய மூத்த எழுத்தாளர் சீ. முத்துசாமி அவர்களுடன் ஒரே விடுதியில் தங்கியிருந்தேன். உற்சாகமான ஆளாகக் காணப்பட்டார். வயதிற்கான எரிச்சலும் சலிப்புமற்ற மனிதராக இருந்தார். முதல்நாள் அவரோடு கால்வாசி இரவைக் கழித்தோம். அடுத்த நாள் காலையில் “என்னைக் கழற்றிவிட்டுட்டு இராத்திரியெல்லாம் எங்க போனிங்க?” என்று செல்லமாகக் கடிந்துகொண்டார். எனவே அன்றைய இரவில் அவரும் இருக்கும்படிப் பார்த்துக்கொண்டோம். ஒரு முனகலுமின்றி ஓர் இளைஞனுக்கான உற்சாகத்துடன் எங்களுடன் ஊர் சுற்றினார். இந்த நான்குநாட்களில் அவருக்குப் பாதித் தலை கறுத்துவிட்டது. “எல்லாம் இங்க இருக்கறவரைதான் . . . ஊருக்குப் போயிட்டா ஒன்னுங் கெடையாது . . .” என்று கைகளைக் காற்றில் ஆட்டிக் காட்டினார். அது ஏறக்குறைய என் டயலாக் . . . ஆனால் அவர் பேசினார். எழுத்தாளன் ஏதோ ஒருமூலையில் மகிழ்ச்சிக்குச் செத்தவனாகத்தான் வாழ்ந்துவருகிறான் என்று நினைத்துக்கொண்டேன்.

இறுதி அமர்வாகச் ‘சொல் புதிது’ நண்பர்கள் ஏற்பாடு செய்திருந்த அமர்வில் கலந்துகொண்டேன். என் அந்தரங்க வாசகர்களால் ஒழுங்குசெய்யப்பட்ட அமர்வென்று இதைச் சொல்லலாம். ஒரு கல்லூரி விடுதியின் கேளிக்கைகளும் கொண்டாட்டங்களும் நிறைந்தது போல் இருந்தது அரங்கு. இவர்கள்தான் தேவதேவனின் சமீபத்திய சிங்கப்பூர் வருகையின்

போது கைகட்டி, வாய் பொத்திக் கவிதா உபதேசம் கேட்டவர்கள். ஆனால் என்னைக் கண்ட மாத்திரத்தில் எல்லாரிடமும் குறும்புபூத்துவிட்டது. நடனத்தின் மூலம்தான் என்னைச் சந்திக்க முடியும் என்று அவர்கள் அறிந்துவைத்திருந்தது எனக்கு மிகுந்த மகிழ்ச்சியளித்தது. தவிர தேவதேவனும் இசையும் எதிரெதிரானவர்கள் அல்ல என்றும், இருவரின் உலகங்களும் சந்திக்கும் புள்ளிகள் உண்டென்றும் அவர்களுக்குத் தெளிவாகவே தெரிந்திருந்தது. அந்தப் புரிதலிலிருந்துதான் சகல கொண்டாட்டங்களையும் நிகழ்த்தினார்கள். பெண்களின் அக உலகம்சார்ந்து, அவர்களின் காமம்சார்ந்து நான் குறைவாகவே எழுதியிருப்பதாக எண்ணுகிறேன். அந்தக் கவிதைகள் குறித்த எதிர்வினைகள் எவற்றையும் நான் இதற்குமுன் அறிந்ததில்லை. ஆனால் இந்த அமர்வில் அந்தக் கவிதைகளால் குறிப்பிடத்தக்க மகிழ்வூட்டும் எதிர்வினைகளை அடைந்தேன்.

எனக்கு ஒரு வியாதி உண்டு. மகிழ்ச்சியைக் காணும் போதே அதற்கு அப்பால் தெரியும் துயரத்தையும் சேர்த்தே காண்பேன். அதனால் முழுமகிழ்ச்சி என்றால் என்னவென்று எனக்குத் தெரியாது. ஆனால் இந்த நான்குநாட்களும் என் நண்பர்களையும் வாசகர்களையும் என்னால் இயன்றவரை மகிழ்ச்சியில் வைத்திருந்தேன் என்றே நம்புகிறேன்.

இந்தப் பயணத்தையொட்டி நான் நன்றிசொல்ல வேண்டியவர்களின் பட்டியல் நீண்டது. பட்டியல் என்று வரும் போதே விடுபடல்களும் வந்துவிடும். தவிர, அந்தப் பெயர்களை வெறும்பெயர்களாக ஒரு வாசகன் வாசிப்பதில் எனக்கு விருப்பமில்லை.

இந்தப்பயணம் மகிழ்ச்சிகரமானதுபோலவே கொஞ்சம் நடுக்கமானதும் கூட. சரவணனின் போனை எதேச்சையாக நோண்டிக்கொண்டிருக்கையில் என் உருத்தாங்கிய ‘லைட்டா பொறாமைப்படும் கவிஞன்’ என்கிற வாட்ஸ் அப் குழு கண்ணில் பட்டது. முகத்திலிருந்து கண்களை எவ்வளவு தூரத்திற்கு ஓட்ட முடியுமோ அவ்வளவு தூரத்திற்கு ஓட்டிவிட்டு போனைச் சட்டென அவனிடம் தந்துவிட்டேன். இவ்வளவு ஆர்ப்பாட்டங்களுக்கு, கொண்டாட்டங்களுக்கு நானும் என் எழுத்தும் தகுதியுடையவர்கள்தானா என்கிற கேள்வி எழாமல் இல்லை. சீராட்டப்பட்டதன் வழியே எச்சரிக்கப்பட்டிருப்ப தாகவே உணர்கிறேன்.

சிங்கப்பூரிலிருந்து தியானத்திலிருக்கும் புத்தர்சிலை ஒன்றையும், உயர்தர பெர்ஃப்யூம் புட்டி ஒன்றையும் வாங்கி

வந்தேன். இரண்டிற்கும் ஜோடி சேராதுதான். ஆனாலும் பாருங்கள், வாழ்க்கை அப்படி இருக்கிறது.

தாயகம் திரும்பியதற்குப் பிறகான நாட்களில் குட்டை ட்ரவுசரும் நீள சிகரெட்டுமாகத் தான் நின்ற நிலத்தை வேறொரு உலகமாக்கிப் புகைத்துக்கொண்டிருந்த அந்தச் சீனயுவதியை நீலிக்கோணம்பாளையத்துத் தெருக்களில் தேடிக் கொண்டிருந்தேன்.

•

அன்னை அளாவிய கூழ்

ஆட்டம் போடும் வீடு

பூட்டிக்கொண்டு கிளம்பினேன் எதையோ
மறந்து போனதால்
உடனே திரும்பினேன்; திறந்தேன்
டிவியும் ஃப்ரிட்ஜும் ஓடிப் பிடித்து
விளையாடிக்கொண்டு இருந்தன
அலமாரியில் உள்ள புத்தகங்களெல்லாம்
அணிஅணியாகப் பிரிந்து கபடி
ஆடிக்கொண்டிருந்தன.
சோபா–வுக்கும் சேரு–க்கும் ஓட்டப் பந்தயம்.
பழைய சாக்ஸ்கூட தன்னிச்சையாக
சுற்றிக் கொண்டிருந்தது
ஒரு நிமிஷத்துக்குள்
எல்லாம் இயல்புநிலையை அடைந்துவிட்டன
'என்ன இவ்வளவு சீக்கிரம் வந்துவிட்டான்'
என்று தண்ணீர் பாட்டில் முணுமுணுத்தது.
அப்புறம் அமைதியாகிவிட்டது
பிறகு ஒன்றும் நிகழவில்லை.
பூட்டிக்கொண்டு கிளம்பினேன்.
திறப்பதற்குமுன் தட்டி இருக்கவேண்டும்
என்ன நாகரிகம் இல்லாத பிறவி நான்!

ஒரு தாய் தன்மகளின் கீர்த்திகளைப் பாடியிருக்கிற நூல் இது. அவர் தமிழறிந்தவர் என்பதால் இயல்பாகவே ஓர் இலக்கியப்பிரதியின் இன்பத்தில் சமைந்திருக்கிறது. "தீபத்தைக் கொண்டு சுடரேற்றிய தீபம் போலிருக்கிறாள் கீர்த்தினி" என்கிற முதல்வரியைக் கொஞ்சி முடிக்கவே எனக்கு அதிக நேரம் ஆனது. குழந்தைமையும் சமயங்களில்

அதிலிருந்து எழும் நகையுணர்வும் இப்புத்தகத்திற்கான ஆதாரமாக உள்ளன. ஆனால் இந்த நகை கிச்சுகிச்சு மூட்டுவதல்ல. மாறாக, பரவசமளிப்பது.

மொழிக்குள் விளையாடுபவர்கள் கவியும் குழந்தையும். மொழியைப் புரட்டிப்போடும் சாகசத்தில் கவிக்குக் கடும் சவால் விடுவது ஒரு குழந்தைதான். கவியும் குழந்தையும் இணைந்தெழும் தருணங்கள் மின்னற் பொழுதுகள். கவி கஷ்டப்பட்டுக் கெடுத்தால் ஒழிய அது மின்னாது விடாது. முகுந்த் நாகராஜனின் கவியுலகம் இப்படியான ஒளிச்சரிகைகளால் ஆனது. “நான்கு வருடங்களாய்க் கொஞ்சமும் அலுத்துக்கொள்ளாமல் எல்லா கணங்களிலும் அழகாய் இருக்கிறாள்.” இந்த வரியில் காலுதைத்துப் பறந்தால் முகுந்த்தின் கவியுலகிற்குள் மெத்தென்றுபோய்விழுகிற ஆனந்தத்தை அடையலாம். சுகுமாரனின் கவிதையையும் மனுஷ்யபுத்திரனின் கவிதையையும் அடுத்தடுத்துப் பிழிந்துவைத்து ஒரு பத்தியைச் செய்திருக்கிறார்.

“உன் சொற்கள் ஆணைகளாகட்டும்” என்று ஒரு வரி பிறக்கிறது. இந்த உலகில் அப்படி ஆகிவிடாது. ஆனால் ஒரு அன்னை நெஞ்சுபூத்துச் சொல்லும் அத்தருணத்தில் அப்படியான ஓர் உலகம் பிறந்துவிடுகிறது. நம் கண்களில் நீர் கோத்துவிடுகிறது.

பழந்தமிழ் இலக்கிய அறிவை ‘யாம் பெற்ற இன்பம்’ என்கிற நியதிப்படிக் கிடைக்கிற இடங்களிளெல்லாம் வாந்தியெடுத்து வைக்காமல் பொருத்தமான இடங்களில் அதன் ஒளியைச் சரித்துக்காட்டுகிறார். ஒரு தமிழ் மனைவி தன் தமிழ்க்கணவனை “நீ என்னில் செம்பாகம் அன்று பெரிது” என்று தமிழால் அணைத்துக்கொள்ளும்போது “ஆஹா . . . இப்போது நாம் எந்த லோகத்தில் இருக்கிறோம்,” என்று நமக்கு நாமே கேட்டுக்கொள்கிறோம்.

இன்றைக்கோ நாளைக்கோ எனும்படிக்கு மூக்கில் செருகப்பட்ட குழாய்களுடன் தீவிர சிகிச்சைப்பிரிவில் சேர்க்கப்பட்டிருக்கிற ஒரு வரி ‘ஐ லவ் யூ’. நாம்தான் அதை இப்படி ஆக்கினோம். சொல்லிச் சொல்லித் தேய்த்து அதன் ஊனை உருக்கி வெற்றுக்கூடாக்கிவிட்டோம். பாவம் . . . லவ்வற்ற மனிதர்கள்! கிடைக்கிற வாய்ப்புகளை விட்டுவிட முடியுமா என்ன? நமக்காகத்தான் கீர்த்தினி “ஐ தவ் வூ” என்கிற ஒரு புதிய வரியைப் படைத்து அளித்திருக்கிறாள். நாம் இனி நமது வேலையைத் தொடங்கலாம். நான் இந்த சனிக்கிழமையே ஆரம்பித்து விட்டேன்.

கிருஷ்ணாவைக் கிச்சாவாக்கி அவனை வைகுண்டத்திலிருந்து பூமிக்கு இழுத்துவந்துவிடுகிறாள் கீர்த்தினி. கிருஷ்ணர் இப்போது

வீட்டிற்கு சிலிண்டர் போட வரும் ஓர் அண்ணன். "உனக்கெல்லாம் என்ன குறை ... ஸ்கூலா ஒன்னா? என்று துக்கம் கட்டிய முகத்தால் கேட்டபடி இவளுக்குக் கையாட்டிச் செல்லும் ஒரு பள்ளிச்சிறுவன்.

புலியும் புதரும் ஓவியத்திற்கு ஒரு புதரை மட்டும் வரைந்துவிட்டுப் புலிக்குட்டி அதனுள் தூங்குவதாகச் சொல்லும் கீர்த்தினியின் நவீனஓவிய அறிவின் முன் 'காதலா காதலா' கமலஹாசனே அஞ்சிப் பின்வாங்குவார்.

தான் பட்ட துன்பங்கள், அவமானங்களைத் தன் பிள்ளைகள் படக்கூடாது என்று பெற்றோர் எண்ணுவது இயல்பானதே. அதே சமயம் தான் விட்ட இடங்களைப் பிடிக்கும் வேட்டை நாய்களல்ல பிள்ளைகள் என்பதையும் அவர்கள் மறந்துவிடக் கூடாது. சின்னஞ்சிறு கிளிகளை அவசர அவசரமாகச் செல்வக் களஞ்சியமாக்க வேண்டியதில்லை.

லிபி ஆரண்யாவின் கவிதை வரிகள் நினைவில் எழுகின்றன.

> களைத்து வீடு திரும்பும் குழந்தைகளின்
> அடையாள அட்டையைக் கழற்றுகையில்
> கழுத்தில் ஸ்டெத் வளர்ந்து வருகிறதாவென
> பதட்டத்துடன் தடவிப் பார்க்கின்றனர்.

குழந்தை டாக்டராக வளரும் புளகாங்கிதங்களாக இல்லாமல், குழந்தை குழந்தையாக வளரும் பரவசங்களைச் சொல்வதனாலேயே இது ஒரு குறிப்பிடத்தகுந்த நூல். "என்னளவில் அம்மாவாயிருப்பதற்கும் அசடாயிருப்பதற்கும் பெரிய வித்தியாசங்கள் ஏதுமில்லை" என்ற அழகான வரியுண்டு புத்தகத்தில். அசடாயிருக்கும் அம்மாக்களால் வீட்டிற்கோ நாட்டிற்கோ உயிருக்கோ ஒரு கேடுமில்லை. ரொம்ப விவரமாக இருக்கும் ஒரு அம்மா "பாப்பா, ரெண்டாவது போகாம டைரக்டா பன்னண்டாவது போயிட்ரய்யா ... என் செல்லமில்ல ..." என்று கெஞ்சிக்கேட்கிறாள். அவளால்தான் சிக்கல்.

'தம் மக்களன்றி எம்மக்கள் மெய்தீண்டும்போதும்' புளகமுறுமாறு ஒரு மனிதனால் மேலெழ முடியுமா? அப்படி மேலெழுந்து நிற்கும் மனிதர்களும் நம் கண்ணெதிரே இருக்கவே செய்கிறார்கள். நீங்கள் அவர்களுள் ஒருவராக இருக்க வல்லவர். அகிலத்து அன்னையாக எழுந்து விரியுங்கள். பேரன்னையாகுங்கள்! 'யாவரும் மகள்' என்பது உங்களின் அடுத்த நூலாக இருக்கட்டும். கீர்த்தினிகளில் ஒரு கீர்த்தினிக்கு என் கள்வெறி முத்தங்கள். கீர்த்தினி ... உன் மெரினாவில் அலை குன்றாதிருப்பதாக!

முன்னுரையின் முதலில் இருக்கும் முகுந்த்தின் கவிதை அன்னையாவதற்குப் பிள்ளைகள் கூட அவசியமில்லை என்று சொல்வதாகவே எனக்குப் படுகிறது.

இது ஓர் அன்னை அளாவிய கூழ். சமயங்களில் வயதை மறந்து நாமும் வாயைத் திறந்துவிடுகிறோம்.

காயத்ரி சித்தார்த்தின்
'மகள் கீர்த்தி' (கிண்டில் பதிப்பு, 2020) நூலிற்கு
எழுதிய முன்னுரை

•

வேலை எனும் பூதம்

பெருமாள்முருகன் தன் தாயின் நினைவுகளைக் கோத்து எழுதியிருக்கும் 22 கட்டுரைகளின் தொகுப்பு இந்நூல். இது *AMMA* என்கிற பெயரில் ஆங்கிலத்திலும் மொழிபெயர்க்கப்பட்டுள்ளது.

அன்னையைத் தெய்வமாகக் கொண்டாடி மகிழும் மரபு நம்முடையது. அன்னை என்கிற விளி இங்கு கடவுளுக்கும் தாய்க்கும் பொதுவானது. நம் உறவுகளின் உச்சமே அன்னைதான். "நீ என் அன்னை!" என்று சொல்லிவிட்டால் போதும் கரும்பாறையும் கரைந்துவிடும். இதுவே நம் சமூகத்தின் பொது உளவியல். எனவே ஒரு மகன் தன் தாயின் நினைவுகளைப் போற்றுவது இயல்பான ஒன்றே.

எல்லாத் தாய்களையும் போலவே இந்தத் தாயும் தன் குடும்பத்திற்காகத் தன்னை எரித்துக் கொள்பவளாக இருக்கிறாள். தன் தாயின் பராக்கிரமங்களை மட்டும் பாடாமல் அவரது பற்றாக்குறைகள், போதாமைகள் போன்றவற்றையும் ஒளிக்காமல் சொல்லிவிடும் மகனாக இருக்கிறார் பெருமாள்முருகன். சாதிமறுப்புத் திருமணமான தன் திருமணத்திற்கு வர மறுத்துவிட்டது, சாதி கடைசிவரை அவருள்ளே படிந்திருந்தது, வீணான சங்கடங்களுக்கு அஞ்சிப் பக்கத்து வீட்டுக்காரர்களுக்கும் தராமல் பாத்திரங்களை ஒளித்துவைத்துக்கொண்டது எனப் பலதையும் வெளிப்படையாகச் சொல்லியுள்ளார். இவையே இந்த நூலின் நம்பகத்தன்மைக்குத் துணை செய்கின்றன. இந்த அம்சமே இந்தநூலை வெற்றுப் புகழ் மாலை என்கிற ஆபத்திலிருந்து காத்திருக்கிறது.

இதில் பதிவாகியுள்ள கிராமத்துக் காட்டு வாழ்க்கை முக்கியமானது என்று தோன்றுகிறது. இந்த வாழ்விலிருந்து எழுந்து வருவதாலேயே பாடப்படுவதற்கான கூடுதல் தகுதியும் சுவையும் வாய்த்துவிடுகிறது இந்தத் தாய்க்கு. கிராமத்து மனிதர்கள், அவர்களது உடைகள், சுபாவங்கள், வளர்ப்பு விலங்குகள், மரம் செடி கொடிகள், காட்டின் இருட்டு, அதில் திரியும் பாம்புகள், அந்த நிலங்கள், அதன் மேல் உதிக்கும் நிலா என்று எல்லாமும் பதிவாகியுள்ளன இதில்.

காட்டான் என்றால் காட்டில் வாழ்பவன் என்றல்ல, புத்திக்கூர்மையற்ற முரடன் என்றே அர்த்தம் நமது சமூக வழக்கில். அதற்குத் தகுந்தாற்போன்று அப்பாவித்தனமும் மூட நம்பிக்கையும் முரட்டுத்தனமும் கூடியதாகவே உள்ளது அவர்களது வாழ்வு. அவர்களது உழைப்பு முரட்டுத்தனமானது. நம்பிக்கை, வைராக்கியம் யாவும் முரட்டுத்தனமானது.

இந்த நூலை வாசிக்கையில் வேலை என்கிற விசயத்தின் மேல்தான் என் கவனம் குவிந்தது. “அம்மாவுடைய வாழ்க்கையைச் சுருக்கிச் சொன்னால் வேலை; வேலையே வாழ்க்கை” என்கிறார் பெருமாள்முருகன். ஏன் எதற்கு என்று தெரியாமலேயே வேலைக்குள் கிடக்கும் சனங்கள் இவர்கள். வேலை எனும் பூதத்தால் பீடிக்கப்பட்டவர்கள். வேலைதானே தியாகம்? தியாகம்தானே தாய்? என் அம்மாவிடமும் இந்தப் பூதம் உண்டு. அவர் மேல் ஏறியிருப்பது நீர்ப்பூதம். அவருக்குத் தண்ணீர் பிடித்தால் குடம் வழிய, டிரம் வழிய, சின்டெக்ஸ் வழிய பிடிக்கவேண்டும். கொஞ்சம் குறைந்தாலும் மனம் ஒப்பாது. “எவ்வளவுதான் தளும்பத் தளும்ப நெரப்பினாலும் கொடத்த தூக்கி வக்கைல கீழதான சிந்தும்” என்பேன். கடுகடுவென்று முறைப்பார். ஆனாலும் அவருக்குத் தளும்பி விட வேண்டும். அப்போதுதான் நிம்மதி. பால்யத்திலிருந்தே தண்ணீருக்குப் பராரையைப்போலத் தெருத்தெருவாக வீடுவீடாக அலைந்தவர். பல மைல்கள் நடந்துசென்று நிலக்கிழார்களிடம் கெஞ்சித் தோட்டத்துப் பாசனத்திலிருந்து தண்ணீர் சுமந்துவந்தவர். சினிமாக்களில் முட்டாள்தனமாக, வெறும் நகைச்சுவையாகச் சுருக்கப்பட்டுவிட்ட குழாயடிச் சண்டைகளில் அவ்வப்போது ஈடுபட்டவர். எனவே அவருக்குத் தண்ணீர் தளும்பி ஓடத்தான் வேண்டும். வாரம் ஒருமுறை வீட்டுக்குள்ளேயே தண்ணீர் கொட்டுகிற இப்போதும் ஒரு வேட்டையை நிகழ்த்துவது போலத்தான் அவர் தண்ணீர் பிடிக்கிறார்.

பெருமாள்முருகனின் அம்மா நோய்வாய்ப்படுகிறார். நோயில் விழுந்தாலும் வேலை விடவில்லை அவரை. பார்கின்சன்ஸ் நோயால் பாதிக்கப்பட்டு உணவைக் கையால் எடுத்து உண்ண முடியாத நிலைக்குச் சென்றுவிட்ட பிறகும் சுவரின் அழுக்குத்

திட்டைக் கொஞ்சம்கொஞ்சமாகச் சுரண்டிக் கொண்டிருந்தது அதே பூதம்தான்.

ஞானம் எங்கிருந்தும் வரலாம். அது ஞானிவாய்ச் சொத்தல்ல.

"அளவா இருந்தாத்தான் ருசி கூடும். அதும் பத்தாம போச்சுனா இன்னும் ருசி." (பக்: 33)

இந்த வரிகளை வாசிக்கையில் ஏனோ மறைந்த நண்பன் பாபுவின் நினைப்பு வந்துவிட்டது. ஆம் . . . பாபு! இன்னும் கொஞ்சம் அளவாக இருந்திருக்கலாம். இன்னும் கொஞ்சம் ருசியாக இருந்திருக்கும்.

"உங்கப்பனுக்குக் குடிப்பித்து; பீடிப்பித்து. அந்தப் பித்துப் பிடிச்சு நம்மள கொடுமப்படுத்திட்டுப் போய்ச் சேந்துட்டான். உங்கண்ணனுக்கும் குடிப்பித்தும் பீடிப்பித்தும் புடுச்சு ஆட்டுது. பண்ணாத கொடுமயெல்லாம் பண்றான். இப்படி ஒவ்வொரு மனுஷனுக்கும் ஒவ்வொரு பித்து. பித்துப்பிடிக்காத மனுசன் உண்டா?"

தாயே! மனிதன் பித்தில்தான் நன்றாக வாழ்கிறான். பித்தில்தான் நன்றாகச் சாகிறான்.

பெருமாள்முருகனைப் போன்றே நானும் ஒரு கொங்கு கிராமத்தான். எனவே இந்த நூலின் கலாச்சாரக் கூறுகள் அதிகமும் நான் அறிந்தவை. எனவே எனக்குப் புதிய தகவல்கள் குறைவாகவே கிடைத்தன. கிராமத்தாரை விட நகரத்தாரை அதிகம் ஈர்க்கும் நூலாக இது இருக்கும். போலவே ஆங்கில வாசகர்களை அதிகம் ஈர்க்கும் என்பதும் என் யூகம். ஒரு மாய நிலத்தைப் பார்ப்பது போல அவர்கள் இதைப் பார்க்கக் கூடும். சேவலின் கழுத்தைக் கடித்து அதிலிருந்து பீய்ச்சியடிக்கும் குருதியைச் சாமிக்குப் படைக்கும் கிராமத்துப் பூசாரி அவர்களுக்குக் கொஞ்சம் மிரட்சியூட்டும் மனிதராகவே தெரிவார். ஆனால் சூறைக்காற்றுக்குக் குடிசை பறந்துவிடாமல் தாயும் மகனும் ஆளுக்கு ஒருபக்கமாகக் கயிற்றால் கட்டி இழுத்துப் பிடிக்க அதையும் மீறிக் குடிசை அந்தரத்தில் பறந்துசெல்லும் காட்சி சகலரையும் கலங்கடிக்கக் கூடியதே.

"குடிசை பேரிறகுகொண்ட பறவையைப் போல மேலேறிப் பறந்து பின் தூரமாகப் போய்க் கீழே விழும் காட்சியை மின்னல் வெளிச்சத்தில் இருவரும் பார்த்துப் பிரமித்தோம்." (பக்; 91)

கட்டுரைகள் ஒவ்வொன்றும் வேறுவேறு தருணங்களைச் சுட்டினாலும் சில தகவல்கள் திரும்பத் திரும்ப வருகின்றன. தவிர இதை ஒரு நாவலாகக் கூட எழுதியிருக்கலாம் என்று தோன்றியது. நாவல் எனில் இவர் அம்மா மாத்திரமல்லாமல்

வேறுசில அம்மாக்களும் உடன் எழுந்து வந்திருக்கும் வாய்ப்பைப் புனைவு அளித்திருக்கும். சமயங்களில் உண்மையைவிடக் கற்பனை நிறைய உண்மைகளைப் பேசிவிடுமல்லவா?

ஆனால் தன் தாய்க்குப் பணிசெய்த ஒரு மகனின் திருப்தியை நாவல் அளித்திருக்காதல்லவா?

'உழுதவன் கணக்கு' என்கிற கட்டுரை சுவாரசியமானது. "விவசாயமே வேண்டாம் ... போட்ட பணம் கூடக் கிடைக்காது" என்பது மகனின் தரப்பு. "பாடுபட்டா பூமாதேவி அள்ளிக் குடுப்பா" என்பது தாயின் வாதம். வாதத்தின் முடிவில் இருவரும் ஒரு முடிவுக்கு வருகிறார்கள். புதிய விவசாய வேலைகளை விதைப்பிலிருந்து அறுவடைவரை கணக்கெழுதிப் பார்த்துவிடுவதென்று. அறுவடை முடிந்து கணக்குவழக்குப் பார்க்கும் வேளையில் அம்மா சில செலவுகளை வரவுகளாக மாற்றும் காட்சி அழகானது; அர்த்தப்பூர்வமானதும் கூட.

"அப்புறம் வெதக்காத சும்மா போட்டிருந்தா நானும் நீயும் என்ன பண்ணீருப்பம்? தின்னுட்டுத் தின்னுட்டு ஊட்டுல படுத்துத் தூங்கிருப்பம். எள்ளுக்காடுதான் நமக்கு வேல குடுத்திருக்குது. ரெண்டுபேரு வேலைக்கும் போட்டிருக்கற கூலியச் செலவுல எழுதி வச்சிருக்கற. அது தப்பு. இப்ப மாத்தி அத வரவுல எழுதிக்க பார்க்கலாம்."

"காட்டு வேலைக்குக் கணக்குப் பார்த்தா இப்பிடித்தான். எள்ளுப் பூ பூத்திருந்தப்பக் காடே வெள்ள வெளேர்னு மலர்ந்து கெடந்துதே . . . அதப் பாத்ததுக்குக் காசு போடு பாப்பம்."

என்ன அழகானதொரு போங்காட்டம்!

மருந்து சாப்பிடும்போது மறக்காமல் குரங்கை நினைத்துக் கொள்வது என் வழக்கம். தியாக சொரூபங்களுக்கு மத்தியில் வேறு சில தாய்மார்களும் நினைவுக்கு வருகிறார்கள் எனக்கு. திடீர் காதலுக்காகத் தன் குழந்தைகளை அம்போவென்று விட்டுவிட்டு ஓடிப்போகும் ஒரு தாய் . . . காதலுக்கு இடைஞ்சலென்று தன் குழந்தைகளை விஷம்வைத்துக் கொன்றுவிடும் ஒரு தாய் . . . சாதி ஆணவக்கொலைகளுக்குச் சம்மதம் என்று தலையை ஆட்டும் ஒரு தாய் . . . மாமியார் என்கிற பாத்திரத்தால் மகனின் வாழ்வை நரகமாக்கும் ஒரு தாய் . . . இப்படி பல தாய்கள். இவர்களும் சேர்ந்ததுதானே அந்த அன்னையெனும் அமுதம்.

என் நெருங்கிய நண்பர் ஒருவரின் கதை . . . அவர் தாய்க்கு அவர் மேல் ஏனென்றே தெரியாத ஒரு வெறுப்பு. ஆராரோ பாடியதோ, அம்புலி காட்டியதோ இல்லை. எத்தனை மாதம் கழித்து மகன் வீட்டிற்கு வந்தாலும் வா என்கிற சிறு அழைப்பு

கூட இருக்காதாம். சாப்பாட்டுவேளையில்கூட "சாப்பிடறயா?" என்று ஒரு பேச்சுக்கும் கேட்காமல் அவர் பாட்டுக்குச் சாப்பிட்டுக் கொண்டே இருப்பாராம். ஒருமுறை அவரிடம் "ஏன் தோழர் ... இந்தப் பசுந்தங்கம், புது வெள்ளி, மாணிக்கம், மணி வைரம் ..." என்று இழுத்தேன். "அந்த வரியெல்லாம் என் காதுலயே விழாது தோழர்" என்று முடித்துக்கொண்டார். இலக்கியத்திற்கு இது போன்ற தாய்களை அணுகி ஆராயும் கூடுதல் பொறுப்புண்டு என்று நம்புகிறேன்.

இதற்குமுன் ஒரு புத்தகம் பற்றி எழுதினேன். (மகள் கீர்த்தி – காயத்ரி சித்தார்த்) அது ஒரு தாய் தன் மகளின் கீர்த்தியைப் பாடியது. இது ஒரு மகன் தன் தாயின் கீர்த்தியைப் பாடுவது. இப்படி மாறிமாறிப் பாடிக்கொள்ளவேண்டுமா என்கிற கேள்வி எழாமலில்லை. தன் குழந்தையை முத்தமிட முடிந்த ஒருவரால் தானே இன்னொரு குழந்தையின் அழுகைக்கு உடைய முடியும்? தன் தாயின் நோவுக்குக் கலங்கும் ஒரு மகனால்தானே சாலையைக் கடக்கத் தடுமாறும் இன்னொரு மூதாட்டியைக் கண்கொண்டு காண முடியும்? இவ்விதமாகவே இந்த இரண்டு நூல்களையும் நான் புரிந்துகொள்கிறேன். இவ்விதமாகவே இந்த இரண்டு நூல்களையும் முக்கியமானது என்பேன்.

மாமியாரைப் பற்றிய ஒரு நூலுக்கு மருமகள் அணிந்துரை எழுதும் பொன்னுலகம் ஒன்று, இதோ பிறந்தே விட்டது!

பெருமாள்முருகனின்
'தோன்றாத்துணை' (காலச்சுவடு, 2019) நூலிற்கு
எழுதிய மதிப்புரை

•

இசை

நேர்காணல்கள்

நேர்காணல் – 1

சில ஆயிரம் வாசகர்களை நல்ல கவிதைகளை நோக்கி ஈர்த்தவர்களென்றும் நல்லக் கவிஞர்களென்றும் சிலரையே சொல்ல முடியும். ஞானக்கூத்தன், வண்ணதாசன், கலாப்ரியா, விக்ரமாதித்யன், மனுஷ்ய புத்திரன் வரிசையில் கவிஞர் இசை, பொதுவாசகர்கள் மத்தியிலும் அறிமுகமாகிக் கவர்ந்திருக்கிறார். 'வாழ்க்கைக்கு வெளியே பேசுதல்' என்ற இவரது சமீபத்திய கவிதைத் தொகுப்பு முக்கியமானது. மரபிலக்கியத்தில் ரசனையும் ஈடுபாடும் கொண்ட இசை, பழந்தமிழ்க் கவிதைகளில் தொடங்கி நவீனக் காலம்வரை கவிதைகளில் நகைச்சுவையுணர்வு எப்படி செயல்படுகிறது என்பதை 'பழைய யானைக் கடை' கட்டுரைத் தொகுப்பில் எழுதியுள்ளார். தமிழ்க் கவிதைக்குப் பகடி எனும் முகத்தை வழங்கிய கவிஞர் இசையிடம் பேசியதிலிருந்து . . .

உங்களைப் பொறுத்தவரை கவிதை என்பதன் வரையறை என்ன?

கவிதையால் நம்மைப் பறக்கச்செய்ய முடியும். கவிதைக்கென்று பிரத்யேகமான சூடு ஒன்று உண்டு. அன்றாடத்தில் புழங்கும் ஒரு சாதாரணச் சொல், கவிதைக்குள் வருகையில் கவிதையின் சூட்டுக்கு மாறிவிடுகிறது. ஆனால் எத்தனை ஃபாரன்ஹீட்டில் சொல் கவியாகிறது என்பது எனக்குத் தெரியாது.

ஒரு நல்ல கவிதையை எழுதி முடித்ததும் ஒரு மகிழ்ச்சி வருமே, அது மற்ற மகிழ்ச்சிகளைப் போன்றதல்ல.

கவிதைக்கான அத்தியாவசியம், அத்தியாவசியமின்மையைச் சமகால வாழ்வின் பின்னணியில் சொல்ல முடியுமா?

மனிதகுலத்துக்குக் கவிதைக்கான தேவை என்பது என்றென்றைக்குமானது. 'கவிதை' என்கிற சொல்லுக்கு அஞ்சும் மனிதனுக்குக்கூட 'கவித்துவம்' தேவைப்படவே செய்கிறது. அது மனிதன் திரும்பவும் குரங்காவதிலிருந்து தடுத்தாட்கொள்கிறது. சமகாலம் சிக்கலாகிவிட்டது என்று சொல்கிறார்கள். எளிமையாகி விட்டது என்றும் சொல்கிறார்கள். எளிமையானதன் மூலம் சிக்கலாகிவிட்டது என்று சொன்னால் அதுகூடச் சரிதான். சிக்கலாக சிக்கலாகக் கவிதை அதிகமாக விழித்துக்கொள்ளும் என்பது உண்மைதான்.

உங்களைக் கனவாகத் துரத்தும் திட்டம் எது?

சிவாஜி ரசிகனாக லாட்டரிச் சீட்டு வீசிக்கொண்டிருந்த எனக்கு எழுத்தாளன் ஆனதே கனவுபோலதான் இருக்கிறது. ரகசியத் திட்டம் என்றெல்லாம் பெரிதாக ஒன்றுமில்லை. சாகும் வரை வாணியின் வீணையில் வீற்றிருந்தால் போதும். அவளே கனவுகளை அவ்வப்போது காட்டித் தருவாள். அவள் கொஞ்ச நாட்களுக்கு முன் 'பழைய யானைக் கடை' என்கிற கனவை அளித்தாள். இரண்டு வருட காலம் எடுத்து அந்தப் புத்தகத்தை எழுதி முடித்தேன். திருக்குறளின் காமத்துப்பாலுக்கு உரை எழுதும் கனா பாக்கியிருக்கிறது. தவிர அளவில் சிறியது என்பதால் கவிதையில் கனா இல்லை என்று சொல்லிவிட முடியாது.

ஆளற்ற தீவில் உங்களை ஆயுள் சிறை வைக்கப்போகிறார்கள்? மூன்று புத்தகங்களுக்கு அனுமதி. எதையெல்லாம் எடுத்துச்செல்வீர்கள்?

இதற்கு நேர்மையாகப் பதில் சொல்ல முடியுமா என்று தெரியவில்லை. ஆளற்ற தீவில் ஆயுள் சிறை இருப்பவனைப் புத்தகங்களால் பராமரிக்க முடியுமா என்பதில் எனக்குச் சந்தேகம் உள்ளது. தவிரவும் நான் அந்த அளவுக்கு லட்சிய வேங்கையும் இல்லை. என்னைப் படிக்கவிடாமல் அச்சுறுத்திக்கொண்டிருந்த மூன்று குண்டுப் புத்தகங்களைச் சொல்லலாம் என்றால் நீங்கள் என்னைச் சுற்றுலா அழைத்துச்செல்லவில்லை. தனிமைச் சிறையில் ஆயுளுக்கும் தள்ளப்போகிறீர்கள். எனில், காலமெல்லாம் ஒளி தரக்கூடியதாக அவை இருக்க வேண்டும் அல்லவா? அப்படியென்றால்,

1) திருக்குறள், 2) கம்பராமாயணம், 3) தாவோ தே ஜிங்!

தமிழ் மரபிலக்கியத்தில் பரிச்சயம்கொள்ள நினைக்கும் வாசகன் எங்கிருந்து தொடங்கலாம், யாரை வாசிக்கலாம்?

அளவில் சிறியதும், சுவாரசியமானதுமான நூல்களிலிருந்து தொடங்குவது நல்லது. திருக்குறள் (குறிப்பாக, காமத்துப்பால்), நாலடியார், தனிப்பாடல் திரட்டு என்று வாசித்து முன்னேறலாம். அதன் அழகியல்கள் கொஞ்சம் கொஞ்சமாக நம்மை நெருங்கிவரும். முதலில் என்னால் கலித்தொகையை வாசிக்க முடியவில்லை. குறுந்தொகையை வாசித்த அனுபவத்தையும் சக்தியையும் கொண்டு திரும்பவும் கலித்தொகையைத் திறக்க முயன்றேன்; திறந்துகொண்டது.

உங்களைப் பற்றி உங்களுக்கு இருக்கும் சித்திரம் என்ன?

கேலிச்சித்திரம்தான், வேறென்ன? அவ்வளவு கசப்புகளுக்கு மத்தியிலும் நகைச்சுவை எனும் சுவையை இரண்டு கரண்டி சேர்த்துப் போட்டு என்னைச் செய்தார் கடவுள். அதை மட்டும் கெட்டியாகப் பிடித்துக்கொண்டு வாழ்ந்து தீர்க்கிறேன். ஒருமுறை உணர்ச்சி மேலீட்டால் 'நகைச்சுவை தெய்வம்' என்றுகூட ஒரு கவிதைக்கு முயன்றுபார்த்தேன். ஏனோ தெய்வம் கண் முழிக்கவில்லை.

நடிகர் வடிவேலுவைப் பற்றி 'லைட்டா பொறாமைப்படும் கலைஞன்' என்கிற தலைப்பில் ஒரு கட்டுரை எழுதியிருக்கிறீர்கள்? வடிவேலு உங்களை அந்தளவு பாதித்துள்ளாரா?

நிச்சயமாக. தமிழ் மனத்தின் உளவியலை அந்தரங்கமாகத் தொட்டுத் துலக்கிய கலைஞன் வடிவேலு. அவர் நடிகர் என்கிற பாத்திரத்திலிருந்து நகர்ந்து நகர்ந்து ஆகச்சிறந்த மருத்துவர் என்கிற பாத்திரத்துக்கு வந்துவிட்டார். நமது காலம்தான் அவருக்கு டாக்டர் பட்டம் வழங்கிக் கௌரவித்துள்ளது.

நினைவில் செதுக்கப்பட்ட கவிதை ஏதாவது இருந்தால் பகிர்ந்துகொள்ளுங்கள்?

பரிணாமப் பயன்பாடுகள்

– சமயவேல்

பெயர் தெரியாத பூச்சி
பருப்பு டப்பாவுக்குள் இருந்தது
அதன் தாய் தந்தை யார் எதுவரை
படித்திருக்கிறது அதன் லட்சியம் என்ன
சாதனை என்ன வீட்டுப் பொறுப்பை
செவ்வனே செய்கிறதா பூர்ஷ்வாவா

கஞ்சா பிடிக்குமா
சமூகப் பிரக்ஞை உண்டா
கல்யாணம் ஆனதா லெபனான்
போர்பற்றி அதன் அபிப்ராயம் என்ன
ஒன்றும் தெரியாது
சாம்பல் நிறத்தில் வரிவரியாக
இத்தினியூண்டு மீசையுடன்
ஓடிக்கொண்டிருக்கிறது

உங்கள் கவிதைகளின் தனித்துவ அம்சமாக இருக்கும் பகடியை எப்போது உங்களுடையதாகக் கண்டுபிடித்தீர்கள்?

பகடி, நகைச்சுவையுடன் உறவாடும் ஒன்று என்பதால் அது என்னுடைய இயல்பிலேயே இருப்பதுதான். ஆனால் ஒரு சின்னத் திட்டமிடலும் அதில் உண்டு என்பதை மறுக்கஇயலாது. நான் எழுத வந்த காலத்தில் பெரும்பாலான கவிதைகள் தலைவிரிகோலமாகக் காட்சியளித்தன. ஓயாது கண்ணீர் பெருக்கிக்கொண்டிருந்தன. ஆனால் அவை ஒரு ஒப்பாரிப் பாடல்களுக்கான கலையம்சம்கூட இல்லாமல் வெற்று அழுகைகளாக இருந்தன. துரதிர்ஷ்டம் என்னவெனில் என்னிடமும் எழுதுவதற்குத் துயரம்தான் எஞ்சியிருந்தது. ஆனால் அந்தக் கண்ணீர்க்கடலில் கலக்க நான் விரும்பவில்லை. எனவே, 'கண்ணீரால் புன்னகைத்தல்' என்கிற இடத்துக்கு வந்துசேர்ந்தேன். பலநூறு கவிதைகளுக்கு மத்தியிலும் அந்தப் புன்னகை தனித்துப் பளீரிடுவதாக நம்பினேன்.

இன்றைய தமிழ் வாழ்க்கையை அணுகுவதற்குப் பகடிதான் சிறந்த கருவி என்று நினைக்கிறீர்களா?

பகடியும் முக்கியமான, தவிர்க்க இயலாத கருவி என்றே நம்புகிறேன். நீங்கள் பகடியை எழுத்தாக்கலாம் அல்லது எழுதாமல் தவிர்க்கலாம். ஆனால் கூருணர்வு கொண்ட ஒரு மனத்தால் இந்த அபத்த வாழ்க்கையின் முன் கெக்கலிக்காமல் இருக்க முடியாது. இன்றைய வாழ்க்கை மட்டுமல்ல, என்றைய வாழ்க்கைக்கும் பகடி விளையாட்டு அவசியம்தான். இல்லையெனில் தலை சுக்குநூறாகிடும் ஆபத்துண்டு. இந்தவாழ்வு ஒரு ஒழுங்கில் இல்லை. நல்லது நினைத்தால் நல்லதே நடக்கும் என்பதற்கு உத்தரவாதம் இல்லை. தர்மம் தலைகாக்கும் என்று உறுதியாகச் சொல்லிவிட முடிவதில்லை. நம் முன்னோர் அறம் வெல்லும் என்று அடித்துச் சொல்லிவிட்டு வலுத்தது வாழும் என்று கிசுகிசுத்து வைத்திருக்கிறார்கள். உறுதியாகப் பற்றிக்கொள்ள ஏதுமற்ற, சகலமும் குழப்பியடிக்கப்பட்டிருக்கிற இன்றைய வாழ்க்கையில் பகடி மேலும் துலக்கம் பெறவே வாய்ப்புகள் அதிகம். ஆனால், இன்று பகடி ஒரு ட்ரெண்டாகிவிட்டதோ என்று எண்ணும்

இசை

அளவுக்குக் கொட்டிக் கவிழ்க்கப்படுகிறது. உள்ளீடற்ற வெற்றுக் கேலி ஆபத்தானதுதான். ஆனால் ஒரு நல்ல பகடி வெறுமனே கிளுகிளுப்பூட்டுவதோடு நின்றுவிடாது.

உங்களிடம் இருக்கும் ஒரு கவிஞன், ஒரு அரசு மருத்துவமனை மருந்தாளுநன் இருவரும் சந்திக்கும், முரண்படும் இடங்களைச் சொல்லுங்கள்?

உப்பு,புளி,ஊறுகாய்க் கணக்குகளைக் கவனித்துக்கொள்பவன் என்பதால் மருந்தாளுநனும் முக்கியமானவன்தான். அவன்தான் பரிசில் வேண்டி பணிந்து நிற்காமல் கவியைக் காப்பாற்றிவருபவன். துப்புரவுப் பணியாளர்கள் ஓய்ந்தமர்ந்து இன்ப அரட்டைகளில் திளைத்திருக்கும்போது அவர்களின் மகிழ்ச்சியைக் குலைத்து விடாமல், அழுக்கேறிய மருத்துவ உபகரணங்களைத் தானே அழுத்தி அழுத்தித் துடைத்துக்கொண்டிருப்பவன் உறுதியாகக் கவிஞன்தான்.

6.01.2019, *இந்து தமிழ்திசை* நாளிதழில் வெளியான நேர்காணல்

கேள்விகள்: ஷங்கர் ராமசுப்ரமணியன்

•

நேர்காணல் — 2

சுயபகடி என்பது உங்களளவில் என்ன?

எனக்கு அது உண்மையை நெருங்குவதற்கான குதூகலமானதோர் எளிய வழி.

'பகடி எழுத்தாளர்', 'பகடியில் பாய்விரித்துப் படுப்பவர்' போன்ற பட்டங்களைச் சுமையாக உணர்கிறீர்களா?

ஆம்... சமயங்களில் அது சுமைதான். நான் இதயத்தை அறுத்து டேபிளில் வைத்தாலும் அதை எடுத்துப்பார்த்துவிட்டு, "வாவ் ... பகடியான இதயம்!" என்று சொல்லும் சில வாசகர்களை நான் சந்தித்துவிட்டேன். என்னால் வாசகர்களைச் சிரிக்க வைக்க முடிந்திருக்கிறது. சமயங்களில் கண்ணீர் சிந்த வைக்கவும் முடிந்திருக்கிறது. சிரித்துக்கொண்டே அழவைப்பதும் இயன்றிருக்கிறது. சிரிப்பிற்கும் அழுகைக்கும் அப்பால் உள்ள விசயங்களை நான் தொடும்போது அவன் கொஞ்சம் குழம்பிப் போகிறான் என்று நினைக்கிறேன்.

சதா அபத்தங்கள் அரங்கேறிக்கொண்டே இருக்கும் இந்த வாழ்வைக் காண நேரும் ஒரு நுண்ணிய மனம் கொண்ட எழுத்தாளனால் அதைப் பகடி செய்யாமல் இருக்க இயலாது. சிலர் அதை வேறொன்றாக்கி விடுகிறார்கள்; சிலர் அடக்கி வாசிக்கிறார்கள்; சிலர் வெடிச்சிரிப்பு சிரிக்கிறார்கள். சமயங்களில் நான் அப்படி வெடிச்சிரிப்பு சிரித்துவிடுவதால் இப்படி பட்டங்களைத் தூக்கிச் சுமக்க வேண்டியுள்ளது. எழுத்தாளன் என்று ஓர்

உயிரினம் உண்டு. பகடி எழுத்தாளன் என்ற உயிரினம் எங்கும் வாழ்ந்துவருவதாக எனக்குத் தெரியவில்லை.

எளிய வாசகர்களுக்காக எழுதப்படும் கவிதைகளுக்கும், தீவிர வாசகர்களுக்காக எழுதப்படும் கவிதைகளுக்குமான இடைவெளியைப் பகடியைக் கொண்டு சமாளிக்கிறீர்களா?

நான் எழுதும்போது என் முன்னே ஒரு வாசகன் இருக்கிறான். அது உண்மை. ஆனால் அவனது அங்க அடையாளங்களை வைத்து அவன் எளியவனா வலியவனா என்று என்னால் பிரித்தறிய முடிவதில்லை. என் கவிதைக்குள் வந்திருக்கும் வெகுஜனக் கூறுகள் அந்தப்பிரதியின் அழகியல் கோரி நிற்பதால் வந்தவையே ஒழிய வாசகனைச் சமாளிக்கவோ கிளுகிளுப்பூட்டவோ சேர்க்கப்பட்டவையல்ல. தவிர கிளுகிளுப்புக்குப் பஞ்சமான காலமா இது? போயும் போயும் துரதிர்ஷ்டம் பீடித்த ஒரு கவிதைக்குள் வந்துதான் அவன் கிளுகிளுப்பாக வேண்டுமா என்ன?

அப்புறம் நீங்கள் சொல்வதுபோல நான் இடையில் இருப்பதாகவே வைத்துக்கொண்டாலும் எளிய வாசகன் தீவிர வாசகனாக மிரட்டத் தொடங்கும் இடைவேளைப் பொழுதாக இருப்பதில் வருத்தமொன்றுமில்லை. மகிழ்ச்சியே. அப்படி சிலரை நான் இலக்கியத்திற்கு இழுத்து வந்திருக்கிறேனென்றால் அதற்காக இலக்கிய உலகம் என்னை உரிய முறையில் விழா எடுத்துக் கௌரவிக்க வேண்டும்.

மீம்களால் சூழப்பட்ட தற்காலத் தமிழ்ச்சூழலை எப்படி பார்க்கிறீர்கள்? மீம்களால் பகடிக் கவிதைக்கு ஆபத்து வந்திருப்பதாகப் பேசிக் கொள்கிறார்களே?

மீம்களும் பகடிக் கவிதையும் நகைச்சுவை என்கிற உணர்வைத் தோற்றுவிப்பவை என்பதாலேயே இரண்டும் ஒன்றாகிவிட முடியாது. கவிதைக்கு அதற்கான ஆழங்கள் உண்டு. "நான் வீழ்வேன் என்று நினைத்தாயோ?" என்கிற பொன்னெழுத்துக்களின் கீழே கால்களை அகட்டியபடி மல்லாந்துகிடக்கிற வடிவேலுவின் மீம் எனக்கு ரொம்பவும் பிடித்தது. நமது லட்சிய புருஷர்களின் வீழ்ச்சியைத் துல்லியமாகச் சொல்லிவிட்ட ஒரு மீம். அப்படி துல்லியமாகச் சொல்லிவிட்டதால் அது ஒரு மிகச்சிறந்த மீம். அப்போதும் அது கவிதையல்ல. கவிதைக்கென்று அதற்கான அமைதியும் ஒழுங்கும் உண்டு. நீங்கள் என்ன ஆட்டம் ஆடினாலும் அதற்குள்தான் ஆட வேண்டும். ஒரு நல்ல மீம் கவிதைக்கான தோற்றுவாயாக இருக்கக்கூடும். அதுவே கவிதையல்ல. எதிலிருந்தும் கவிதைகள் தோன்றலாம் என்பதுபோல மீம்களிலிருந்தும்

தோன்றலாம். அதில் பிழையில்லை. மீம்கள் குறித்து எனக்குச் சில குழப்பங்கள் உண்டு. அவை நமது காலத்தின் கொந்தளிப்புகளைக் கூட்டுகிறதா அல்லது குறைக்கிறதா என்பது ஓர் அடிப்படையான குழப்பம். கவிதை சார்ந்து வெளியிடப்படுகிற மனோரெட்டின் சில மீம்கள் சுவாரஸ்யமானவை.

உங்கள் கவிதைகளை எப்படி எடிட் செய்கிறீர்கள்? கவிதை வெளியிடத் தயாராகிவிட்டது என்பதை எப்படி தீர்மானிக்கிறீர்கள்?

என் கவிதைகள் எதுவும் பேப்பரில் எழுதப்படுபவையல்ல. அவை மனத்திற்குள்ளேயே எழுதப்பட்டு அங்கேயே எடிட் செய்யவும்படுபவை. டைப் பண்ணும்போதும் சில மாற்றங்கள் நிகழும். பெரும்பாலான கவிதைகள் ஒரு சிறு நட்பு வட்டத்தின் பார்வைக்குப் போய்வரும். அந்த வட்டம் காலத்தில் மாறிமாறி அமையும். இப்போது சுகுமாரன், ஷங்கர் ராம சுப்ரமணியன், சாம்ராஜ், ஏ.வி. மணிகண்டன், விஷால்ராஜா ஆகியோர் அந்த வட்டத்தில் உள்ளார்கள். இவர்கள் என் கவிதைப் பயணத்தில் மதிப்புமிக்க பங்களிப்பைச் செய்து வருபவர்கள். கொஞ்சம் ஆபத்தான ஆட்டங்களை ஆடுபவன் என்பதால் என்னை நிதானிக்கச் செய்ய இவர்கள் அவசியப்படுகிறார்கள். இவர்களில் யாரேனும் இருவருக்குப் பிடித்துவிட்டால் கவிதை வெளியிடத் தயாராகிவிட்டதென்று அர்த்தம். எடிட் செய்துகொண்டே இருப்பது என் வழக்கம். சில கவிதைகளைத் தொகுப்பிற்கான இறுதி வடிவில்கூட எடிட் செய்திருக்கிறேன். தலைப்புகளைக்கூட மாற்றியுள்ளேன்.

“பொதுவாக எழுத்து துயரத்திற்குத்தான் காதுகொடுக்க விரும்புகிறது. மகிழ்ச்சியிடம் அதற்கு சோலி குறைவுதான்” என்று ஒரு பேட்டியில் சொல்லியிருக்கிறீர்கள்? காதல், மகிழ்ச்சி, நிறைவு ஆகிய உணர்வு களிலிருந்து தீவிரத்தன்மைவாய்ந்த எழுத்துகள் பிறக்க வழி யில்லையா?

ஒருவிதப் பகிர்தலுக்கான தேவையிலிருந்துதான் எழுத்து பிறக்கிறது. நீங்கள் சொல்கிற ‘நிறைவில்’ அதற்கான தேவையில்லை என்றே நினைக்கிறேன். அவனுக்குத்தான் நிறைந்துவிட்டதே . . . பிறகேன் நள்ளிரவு பனிரெண்டு மணிக்கு அவன் சுடுகாட்டுக்குப் போக வேண்டும். காதல், மகிழ்ச்சி இரண்டிலும் கொந்தளிப்பான நிலை என்று ஒன்று உண்டு. அது எழுத்துக்கானதுதான். அப்புறம் இதெல்லாம் பேசிப்பார்ப்பதுதான் திட்டவட்டம் என்றில்லை. நானே கூட சோலி குறைவு என்றுதான் சொல்லியிருக்கிறேன். நான் கண்ட அளவில் பல எழுத்தாளர்களின் டிசைன் அப்படித்தான் இருக்கிறது. விதிவிலக்கான டிசைன்களும் இருக்கலாம்.

ரூமியின் காதல் கவிதைகளில் தென்படும் ஆனந்தக் கூத்தை இழப்பின் துக்கத்திலிருந்து பார்க்கையில் என்னால் அதிகம் உணர முடிகிறது. இன்று இணையத்தில் ஒரு ஜப்பானிய எழுத்தாளரின் வரியொன்றை வாசிக்க நேர்ந்தது, "எந்த மலரும் அருகிலிருக்கும் மலருடன் போட்டியிட விரும்புவதில்லை. மலர மட்டுமே செய்கிறது". இந்த வரிகளை என் பொறாமையின் நரகத்திலிருந்து நான் மேலதிகமாகப் புரிந்துகொள்கிறேன். என் டிசைன் அப்படி.

திருக்குறளில் காமத்துப்பாலிற்குத் தற்போது உரை எழுதிவருகிறீர்கள். அதில் பல இடங்களில் குறுந்தொகையை மேற்கோள் காட்டுகிறீர்கள். குறுந்தொகை மற்றும் காமத்துப்பால்மீது ஈர்ப்பு ஏற்பட்டது ஏன்?

நான் அடிப்படையில் ஒரு கவி. உரையாசிரியன் அல்ல. அது என் வேலையல்ல. ஆனால் காமத்துப்பாலை வாசிக்கையில் பல இடங்களில் பரவசத்திற்குள்ளானேன். அந்தப் பரவசத்தை என்ன செய்வதென்று தெரியவில்லை. காமத்துப்பால் குறித்து விரிவாக ஒரு கட்டுரை எழுதினேன். அப்படியும் அந்தக் கவிதைகள் மீதான தவிப்பு அடங்கிவிடவில்லை. எனவே வேறு வழியின்றி உரையாசிரியர் வேடம் புனைய வேண்டி வந்துவிட்டது. தவிர குறளில் காமத்துப்பாலில்தான் கவிதைகள் அதிகம் என்று நினைக்கிறேன். அதற்கு உரை சொல்வதே சவாலானது. குறள் போன்ற ஒரு பேரிலக்கியத்திற்கு இது போன்ற பல உரைகள் தேவையென்றே எண்ணுகிறேன். எந்த உரையும் முற்றான இறுதியல்ல. அவை தொடர்ந்து விவாதிக்கப்பட வேண்டிய, கூராக்கப்பட வேண்டிய ஒன்று. ஆர்வமுள்ள எல்லாரும் முயலலாம்.

குறளிற்கான உரைகள் பலதையும் வாசிக்கையில் ஒரு விதப் போதாமையை உணர்ந்தேன். குறளின் அழகில், அமைதியில் பாதிகூட உரையில் வரவில்லை. கவிதையை அப்படிப் பெயர்ப்பது சிரமம்தான். ஆனால் நாம் அதிகப்படியாக முயல வேண்டும். இன்றுள்ள உரைகள் பலதும் அர்த்தம் சொல்கின்றன. கவிதை அந்தக் கெட்டிதட்டிய அர்த்தத்தோடு தீர்ந்துவிடுவதில்லையே. பல உரைகள் கவித்துவமான சொற்களுக்குக்கூட முயல்வதில்லை என்பதைக் கண்டேன். எனவே குறளிற்கு நான் என்னளவில் கொஞ்சம் பங்களிக்க விரும்பினேன். அது பயனுள்ள பங்களிப்புதானா என்பதை உரை நூல்வடிவு கண்டதும் முழுக்க வாசித்துவிட்டு நீங்கள்தான் சொல்ல வேண்டும்.

சில உரைகள் குறளைப் போன்றே இரண்டு வரியோடு சுருங்கிவிடுகின்றன. சில பக்கம்பக்கமாக விளக்கிச் சொல்கின்றன. நான் இரண்டிற்குமிடையே ஒரு கச்சிதத்தை உருவாக்க

முயல்கிறேன். கவிதையியல் சார்ந்து பேச விரும்பும் இடங்களில் பேசுகிறேன். முடிந்த அளவு கவித்துமான சொற்களால் உரையைக் கோக்க முயல்கிறேன். சில குறள்களை அதன் அதிகாரத் தளையிலிருந்து விடுவித்து ஒரு தனிக் கவிதையாக்கி விளக்கம் சொல்ல முயல்கிறேன். என் இயல்பான பகடிமொழி உரை விளக்கத்தில் கொஞ்சம் சுவாரசியத்தைக் கூட்டும் என்றும் நம்புகிறேன். இதன் நிமித்தம் புதுத்தலைமுறையில் சிலர் குறளைச் சுமையெனக் கருதாமல் வாசிக்க வரக்கூடும்.

பழங்காலத்திலும் சமகாலத்திலும் காமம் பேசும் கவிதைகளிடையே என்ன வித்தியாசத்தைப் பார்க்கிறீர்கள்?

சங்கக் கவிதைகளில் பேசப்படும் காதலும் காமமும் சுத்திகரிக்கப்பட்டது என்றே எனக்குத் தோன்றுகிறது. அதில் பரத்தைமை பேசப்பட்டாலும் அதுவும் அன்பின் ஐந்திணைக்குள்தான் வருகிறது. அவை ஏதோ ஒருவிதத்தில் தூய்மைக்கு ஏங்குவதாகவே படுகிறது. நவீனக் கவிதைகள் காதலின், காமத்தின் பரவசங்களோடு சேர்த்து அவற்றின் ஊழல்களையும் பாடுகின்றன. நவீனப் பார்வைகளின் வழியே, நம் நெஞ்சறிந்த உண்மைகளின் வழியே நாம் வந்து சேர்ந்திருக்கும் இடம் இது.

கவிதைக்குள் விளையாட்டாக ஏதாவது செய்து பார்ப்பது தரும் மன உணர்வு என்ன?

'கவிதை பிரிதொன்றில்லாத புதுமை' என்கிற ஜெயமோகனின் வாசகம் என் நெஞ்சத்துள் தங்கிவிட்ட ஒன்று. தீவிரமான ஒன்றைத் தீவிரத்தின் பாவனைகள் ஏதுமின்றித் தொட்டுத் துலக்குவதில் ஒருவித சாகச உணர்வு எழவே செய்கிறது. சரியாக அந்தச் சாகசத்தை நிகழ்த்திவிடும் தருணங்களில் நான் அவ்வளவு புதியவன்; புத்தம் புதியவன்.

மூளை நரம்பியல் வல்லுநரும், நோபல் பரிசுபெற வாய்ப்புள்ள இந்தியர்களுள் ஒருவராகவும் கருதப்படும் விளையனூர் ராமச்சந்திரனின் நேர்காணல் ஒன்றைச் சமீபத்தில் வாசித்தேன். அதில் இளம் அறிவியலாளர்களுக்குச் சொல்ல விரும்பும் சேதியாக அவர் சொல்லியிருந்தது என்னை மிகவும் ஈர்த்தது... "பலன்களை எதிர்பார்க்காமல் வேலையைச் செய்துகொண்டேயிருங்கள். விளையாட்டுத்தன்மையையும் தாகத்தையும் விடாதீர்கள். வெற்றிகளை மிகவும் தீவிரமாக எடுத்துக்கொள்ள வேண்டாம். நகைச்சுவையுணர்வைத் தக்கவைத்துக்கொள்ளுங்கள். வசிஷ்டர் வாயால் பிரம்மரிஷி என்று சொல்லப்பட வேண்டுமென்ற எதிர்பார்ப்பு வேண்டவே வேண்டாம்." ஆகத்தீவிரமான, எண்ணற்ற புதிர்கள் நிறைந்த மூளை நரம்பியல் என்னும்

அறிவுத்துறையில் காத்திரமாக இயங்கும் ஒருவரின் சொற்கள் இவை. விளையாட்டுத்தனம் தீவிரத்திற்கு எதிரானதல்ல. தீவிரத்தில் இனிப்பானது.

இசையும் இளங்கோகிருஷ்ணனும்?

கவிதை ஒரு பிசாசைப் போல் பயமுறுத்திக்கொண்டிருந்த காலத்தில் இருவரும் ஒருவர் கையை ஒருவர் இறுக்கமாகப் பற்றிக்கொண்டோம். கிளுகிளுப்புகளைப் பணயம் வைத்தோம். நக்கிக்கொள் என்று கவிதையின் பலிபீடத்தில் இளமையின் சூடான இரத்தத்தை அறுத்துக் கொட்டினோம்.

இருவரும் கொடுத்துப் பெற்றுக்கொண்டது அதிகம். ஒப்பீட்டளவில் அவன்தான் அதிகம் கொடுத்தவன்.

இசையும் சுகுமாரனும்?

அவர் என் வாத்தியார். எழுத்துசார்ந்த கடினமான காரியங்களைத் தொடங்கும்முன் அவரிடம் கொஞ்சம் பேசுவது என் வழக்கம். அந்தப் பேச்சில் அவர் என்ன தருகிறார் என்பதைத் தெளிவாகச் சொல்ல இயலவில்லை. ஆனால் பேசி முடித்ததும் அது அவ்வளவொன்றும் கடினமான காரியமில்லையென்று தோன்றிவிடும்.

அவரைக் குறித்த விரிவான கட்டுரையொன்றைத் தடம் இதழில் எழுதியிருக்கிறேன். அதில் நிறைய வாசிக்கலாம்.

இசையும் மிஷ்கினும்?

'காதலன்' என்கிற விளியில் எல்லாமும் அடங்கிவிடுகிறது. காதலை அவ்வளவு துல்லியமான சொற்களால் விவரித்துவிட முடியாது. அப்படி விவரித்துவிட முடியாது என்பதால்தான் மொழி உதித்த காலம்தொட்டு அது பாடப்பட்டு வருகிறது.

சிங்கப்பூரில் அநேகமாக எல்லா அமர்வுகளிலும் எழுத்திற்கு நேர்மையாக இருத்தல்" என்கிற ஒன்றைப் பிரகடனம்போலச் சொல்லிச் சில கற்பூரங்களை அணைத்தீர்கள். எழுத்துக்கு நேர்மையாக இருப்பது என்றால் என்ன?

எழுத்துக்கு நேர்மையாக இருப்பதென்பது எழுத்துக்கென்று பிரத்யேக பாவனைகள் இல்லாமல் இருப்பது. என்னிடம் அதைத் தவிர வேறு அறிவு இல்லை. எனக்கு அதைவிட்டால் ஒளிந்துகொள்ள வேறு போக்கிடமில்லை. அதன்வழியாக நடந்து போனால்தான் என்னால் போய்ச் சேரவே முடிகிறது. அப்படி பழகிவிட்டது. அப்படியொன்றும் அது கெட்ட பழக்கமுமில்லை என்றே நினைக்கிறேன். சமீபத்திய உரையாடல் ஒன்றில்

"பிரதியின் அழகு அதை எழுதுபவனின் நேர்மையில் இல்லை என்று நினைக்கிறேன்," என்று சொன்னார் நண்பர் பாலா (பாலசுப்பிரமணியன் பொன்ராஜ்). இது ஒரு நல்ல குறுக்கீடு. நேர்மை உட்பட பிரதியில் எதையும் திணிக்க வேண்டியதில்லை. நேர்மையை அள்ளிக்கொட்டிப் பிரதியைக் குலைத்துவிட வேண்டியதில்லை என்று அவர் சொல்ல வருவதாக விளங்கிக்கொள்கிறேன். மற்றபடி ஓர் அடிப்படை நேர்மை எல்லாவற்றிற்கும் முக்கியம். எழுத்திற்கு அது மிக முக்கியம் என்றே இப்போதும் நினைக்கிறேன்.

படிமங்களாலும் உருவகங்களாலும் செய்யப்படும் கவிதைகள்தான் காலங்களைக் கடந்தும் புதிதாக நிற்கும் என்கிற கூற்றை நீங்கள் ஏற்றுக்கொள்கிறீர்களா?

உருவகத்தின் காலம் முடிந்துவிட்டதென்று தோன்றுகிறது. மனச்சுவர் என்கிற சொல் பெரிய கொட்டாவியைத் தரக் கூடியதாக மாறிவிட்டதென்பது என் எண்ணம்.

படிமக் கவிதைகள்தான் காலம்கடந்து நிற்கும் என்பதை நான் ஏற்றுக்கொள்ள மாட்டேன்.

நன்றி நவிலல்

    இந்தச் செருப்பைப் போல்
    எத்தனைபேர் தேய்கிறார்களோ!
    இந்தக் கைக்குட்டையைப் போல்
    எத்தனைபேர் பிழிந்தெடுக்கப்படுகிறார்களோ!
    இந்தச் சட்டையைப் போல்
    எத்தனைபேர் கசங்குகிறார்களோ!
    அவர்கள் சார்பில்
    உங்களுக்கு நன்றி
    இத்துடனாவது விட்டதற்கு!

ஆத்மாநாமின் இந்தக் கவிதை பழசாகிவிடுமா என்ன?

    எதுவும் கிடைக்காதபோது
    களிமண் உருண்டையை வாயில் போட்டு
    தண்ணீர் குடிக்கிறோம்
    ஜீரணமாகி விடுகிறது
    எங்களுக்கு ஒரு குறையும் இல்லை
    நாங்கள் சந்தோஷமாக இருக்கிறோம்.

என்கிற சுயம்புலிங்கத்தின் வரியைப் பழசாக்கும் பொன்னான காலம் நம் சமூகத்திற்கு இப்போதைக்கு இல்லை.

    அழுகை வராமலில்லை
    ஒரு வைராக்கியம்
    உங்கள் முன்னால் அழக்கூடாது.

என்கிற மனுஷ்யபுத்திரனின் எளிய வரிகளைக் கவிதை சார்ந்த என் எல்லா அறிவுகளையும் கொண்டு எத்தனையோ முறை கவிதைக்கு வெளியே தள்ளிவிடப் பார்த்திருக்கிறேன். ஒவ்வொருமுறையும் கதவை உடைத்துக்கொண்டு அது உள்ளே வந்துவிடுகிறது. இப்படி காலம்கடந்து வாழும் plain poetryகளும் நிறையவே உள்ளன.

படிமம் ஓர் அழகு என்பதுபோல அதுவொரு சுமையும்தான். தவிரவும், பாசாங்குக்காரர்களுக்கு வசதியானதும் கூட. படிமம் போல் ஒன்றை வைத்துக்கொண்டு கவிதை போல் ஒன்றை நிரப்பிவைத்துவிடுவது எளிதான காரியமாக இருக்கிறது. 'போல' என்கிற உவம உருபை நீக்கியதற்குக் கூலியாகப் பா[illegible]க் காதலர்கள் மொழியையே எழுதிக் கேட்பதை ஏற்க இயலாது. எல்லாவற்றிலும முன்னோக்கிய பயணங்கள் உண்டு. கவிதை தன் ஆபரணங்களைக் கழற்றிவைக்கத் துணிந்தபோது அது முதலில் கைவைத்தது படிமத்தில்தான் என்று நினைக்கிறேன். மேலும் படிமம் கொஞ்சம் குழப்பானதும்கூட. அது partial படிமம், முழுப்படிமம், படிமம் போல என்று பல வகைப்படும் அளவிற்குச் சிக்கலானது.

கோணங்கி ஒரு கவிதைத் தொகுப்பு எழுதி, மனுஷ் அதை உயிர்மையில் வெளியிட ஆசான் முதல் பிரதியைப் பெற்றுக்கொள்வது போன்று ஒரு கனவு வந்தது. அதுவும் உங்களின் முன்னுரையோடு. என்னவாக இருக்கும்?

வேறென்ன? கடவுள் உங்களுக்கு வாழும் காலத்திலேயே ஊழித்திருநாளைக் காட்டியிருக்கிறார்.

ஜனவரி 2020, *அரூ* மின்னிதழில்
வெளியான நேர்காணல்

•